AF741532

ബൈജു ഇരിങ്ങല്ലൂർ

മനത്താനത്തു പുഴക്കര ബാലചന്ദ്രൻനായരുടെയും പൊക്കാടത്തുവീട്ടിൽ പുഷ്പവല്ലിയുടെയും മകനായി കോഴിക്കോട് ജില്ലയിലെ ഇരിങ്ങല്ലൂരിൽ ജനനം. ഇപ്പോൾ കേരള സ്റ്റേറ്റ് റോഡ് ട്രാൻസ്പോർട്ട് കോർപ്പറേഷനിൽ ഡ്രൈവറായി ജോലി നോക്കുന്നു.

ഭാര്യ: പരേതയായ ശ്രീരേഖ

മക്കൾ: ബാലേന്ദു, വിധുനന്ദജ്

ഫോൺ: 9961325827

Malayalam Language
Mazhayonnu Pinneyum Peythuvenkil
(Poems)
by
Byju Iringallur
♦
Published in May 2022
by Kairali Books Private Limited
Thalikkavu Road, Kannur.
Ph : 0497-2761200
E-Mail : Kairalibooksknr@gmail.com
♦
Cover Design
Prasanth Mangad
♦
Cover Model
Viju Nidukulam
♦
Cover Photo
Arjun P
♦

Price ₹ : 200.00
12/22-23/Sl.No.1317/500/NS 18.6
ISBN 978-93-49727-65-6

മഴയൊന്നു പിന്നെയും പെയ്തുവെങ്കിൽ

ബൈജു ഇരിങ്ങല്ലൂർ

കൈരളി ബുക്സ്

സമർപ്പണം

പാനപ്പാട്ടുകളിലൂടെ കവിതയുടെ ബീജാക്ഷരങ്ങൾ പകർന്നുതന്ന മുത്തശ്ശിയമ്മയുടെയും നിനച്ചിരിക്കാത്ത നേരത്ത് തനിച്ചാക്കി അകന്നുപോയ അച്ഛന്റെയും പാതി വഴിയിൽ വേർപിരിഞ്ഞുപോയ പ്രിയപ്പെട്ടവളുടെയും ദീപ്തസ്മരണകൾക്കു മുൻപിൽ...

പലപ്പോഴായി എഴുതിയ ഏതാനും കവിതകളും ലളിതഗാന ങ്ങളും ചേർത്തുവെച്ച് 'മഴയൊന്ന് പിന്നെയും പെയ്തുവെങ്കിൽ' എന്ന ഒരു സമാഹാരം പ്രസിദ്ധീകരിക്കുകയാണ്.

എഴുത്തിന്റെ വഴികളിൽ ആരുമല്ലാത്ത എന്നെപ്പോലൊരാളുടെ വരികൾക്ക് നിറഞ്ഞ മനസ്സോടുകൂടി ഒരു ആസ്വാദനം എഴുതിത്തന്ന ഗുരുതുല്യനായ ടി.പി. ശാസ്തമംഗലം സാറിനും രമാദേവി ടീച്ചർക്കും അളവറ്റ കൃതജ്ഞത. ഒപ്പം എനിക്കു പ്രചോദനമായി കൂടെ നിന്ന എന്റെ എല്ലാ സൗഹൃദങ്ങൾക്കും അച്ചടിമഷി പുരളാൻ സഹായിച്ച സുകുമാരൻ പെരിയച്ചൂരിനും കൈരളി ബുക്സിനും...

ബൈജു ഇരിങ്ങല്ലൂർ

ഉള്ളടക്കം

ഭാഗം രണ്ട്
ഗാനാഞ്ജലി

കാലം കൊരുത്തിട്ട കാവ്യസങ്കല്പങ്ങൾ

ടി.പി. ശാസ്തമംഗലം

ഒരാളിൽ കലാവാസന ഉദയം ചെയ്യുന്നത് എപ്പോഴാണ്? അതിന് ഉത്തരം പറയുക അസാധ്യമായിരിക്കും. ബാല്യകാലത്തുതന്നെ ചിലതു കുത്തിക്കുറിക്കുകയോ പാടാനുള്ള പ്രവണത കാട്ടുകയോ ചെയ്യുന്ന വരുണ്ട്. ചിലരിൽ കൗമാരമെത്തുമ്പോഴാണ് ഉള്ളിൽ ഉറങ്ങിക്കിടക്കുന്ന ജന്മവാസന മെല്ലെ ഉണർന്നു പ്രവർത്തിച്ചുതുടങ്ങുന്നത്. യൗവനാവ സ്ഥയിൽ എത്തിയശേഷം കലാപ്രവർത്തനത്തിൽ ഏർപ്പെടുന്നവരു മുണ്ട്. എന്തായാലും സർഗ്ഗവാസന അടക്കിനിറുത്താനാവുന്നതല്ലെന്നു വ്യക്തം.

എഴുത്തിന്റെ മേഖലയിൽ പ്രവേശിക്കുന്നവരുടെ അഭിരുചി വ്യത്യ സ്തമായിരിക്കും. ചിലർക്ക് കവിതയോടായിരിക്കും കമ്പം. മറ്റു ചിലർക്ക് കഥ എഴുതാനായിരിക്കും താല്പര്യം. രണ്ടായാലും ഉദാത്ത സൃഷ്ടികളാണെങ്കിൽ അവയുടെ സ്രഷ്ടാക്കൾ അംഗീകരിക്കപ്പെടും എന്നു തീർച്ച. അങ്ങനെ അംഗീകരിക്കപ്പെടുന്നവരാണ് നമ്മുടെ ആരാ ധന പിടിച്ചുപറ്റുന്നത്. അവരുടെ സൃഷ്ടികൾ ആവർത്തിച്ചാവർത്തിച്ച് വായിക്കുന്നു. കുമാരനാശാനും വള്ളത്തോളും ചങ്ങമ്പുഴയും വൈലോ പ്പിള്ളിയും മറ്റും ഇപ്പറഞ്ഞ വിഭാഗത്തിൽ ഉൾപ്പെടുന്നവരാണ്. ഇനി, മറ്റൊരു വിഭാഗമുണ്ട്. അധികം എഴുതാത്തവർ. അക്കൂട്ടർ വല്ലപ്പോഴും മാത്രം എന്തെങ്കിലും കുത്തിക്കുറിച്ചെന്നു വരും. അങ്ങനെ എഴുതുന്ന തുതന്നെ എഴുതാതിരിക്കാനാവാത്ത അവസ്ഥ വരുമ്പോൾ മാത്രം.

ഈ പറഞ്ഞ രണ്ടാമത്തെ വിഭാഗത്തിൽപെടുന്നു 'മഴയൊന്നും പിന്നെയും പെയ്തുവെങ്കിൽ' എന്ന ഈ കൃതിയുടെ കർത്താവായ ബൈജു ഇരിങ്ങല്ലൂർ. അദ്ദേഹം പലപ്പോഴായി എഴുതിയ കവിതകളാ ണിവ. എല്ലാത്തരം വിഷയങ്ങൾക്കും പ്രാധാന്യം നൽകിക്കൊണ്ടാണ് അദ്ദേഹം ഈ കവിതകളുടെ രചനയിൽ ഉൾപ്പെട്ടിട്ടുള്ളത്. ഇവയിലൂടെ കടന്നുപോകുമ്പോൾ വ്യക്തമാവുന്ന കാര്യം ഒന്നും അദ്ദേഹം മനഃ പൂർവബുദ്ധ്യാ എഴുതിയതല്ല എന്നതത്രേ.

"സ്നേഹത്തിന്നൊരു മറുപേരുണ്ടതെന്റെ
മുത്തശ്ശിയമ്മതൻ പേരുതന്നെ
സ്നേഹത്തിൻ ഭാഷകളെന്നെ പഠിപ്പിച്ച
മുത്തശ്ശിയമ്മതൻ പേരുതന്നെ" എന്നാണ് സ്വന്തം മുത്തശ്ശിയെക്കുറിച്ച് അദ്ദേഹം കുറിച്ചിരിക്കുന്നത്. വലിയ പഠിപ്പൊന്നുമില്ലാത്ത മുത്തശ്ശിപോലും മിക്കപ്പോഴും സഞ്ചരിക്കുന്ന ഗ്രന്ഥശാലയായിരിക്കും. അവരോട് സംസാരിക്കുമ്പോൾ എത്രയോ പുസ്തകങ്ങൾ വായിച്ചതിനു തുല്യമായ അറിവായിരിക്കും നമുക്കു ലഭിക്കുക. മുത്തശ്ശിക്കഥകൾക്കു പോലും പ്രാധാന്യമുണ്ടല്ലോ.

"ഈരേഴു പതിന്നാലു സംവത്സരങ്ങൾ
ഇരവുകൾ പകലുകളാക്കിയോളൂർമ്മിള
വെള്ളിടിവെട്ടിക്കരിഞ്ഞ കിനാവിൽ നി-
ന്നാത്മഹർഷങ്ങൾ രചിച്ചവളൂർമ്മിള" എന്ന കവിതയിൽ എത്തുമ്പോൾ രാമായണത്തിലെ കഥാസന്ദർഭം നമുക്ക് ഓർമ്മവരും. രാമനും ലക്ഷ്മണനും സീതയും വനവാസത്തിനു പോകാൻ തീരുമാനിച്ചപ്പോൾ താനും കൂടെ വരുന്നെന്ന് ശഠിച്ചവളാണ് ഊർമ്മിള. പക്ഷേ, തന്റെയും ജ്യേഷ്ഠന്റെയും അഭാവത്തിൽ തങ്ങളുടെ മാതാപിതാക്കളെ പരിചരിക്കണമെന്ന ഭർത്താവായ ലക്ഷ്മണന്റെ നിർദ്ദേശം അക്ഷരം പ്രതി അനുസരിക്കാൻ തയ്യാറായി രാമായണത്തിലെ മറ്റൊരു തിളക്കമുള്ള കഥാപാത്രമായി ഊർമ്മിള മാറി. ഇക്കാര്യം ഈ നാലുവരികളിൽ നന്നായി പ്രതിഫലിപ്പിക്കാൻ ബൈജുവിന് കഴിഞ്ഞിരിക്കുന്നു.

''കാണ്മൂ ഞാനുൾക്കണ്ണിൽ വീണ്ടുമവ്യക്തമായ്
കാലം കൊരുത്തിട്ട കാവ്യസങ്കല്പങ്ങൾ
മോഹഭംഗത്തിന്റെ മായാത്ത ചിത്രങ്ങൾ
കണ്ണനും രാധയും തീരനികുഞ്ജവും"

രാധാകൃഷ്ണ സങ്കല്പം ഏതൊരു എഴുത്തുകാരനും എന്നും പുതുമയുള്ള വിഷയമാണ്. എത്രയെത്ര കൃതികളാണ് ഇതേ വിഷയത്തെ അധികരിച്ച് നമ്മുടെ ഭാഷയിൽ ഇറങ്ങിയത്. ബൈജു ഇരിങ്ങല്ലൂർ തന്റേതായ കാഴ്ചപ്പാടോടെ ഈ വിഷയത്തെ സമീപിച്ചതിന്റെ ഫലമാണ് ഈ വരികൾ. 'കാലം കൊരുത്തിട്ട കാവ്യസങ്കല്പങ്ങൾ' എന്ന വരിയിലൂടെ അദ്ദേഹം തന്റെ പൂർവസൂരികളായ കവികളെയെല്ലാം കൃതജ്ഞതാപൂർവ്വം ഓർക്കുകയാണ്. അവ പലതും 'മോഹഭംഗത്തിന്റെ മായാത്ത ചിത്രങ്ങളാ'ണെന്ന സാക്ഷ്യപ്പെടുത്തൽ നന്നായിട്ടുണ്ട്.

"അയഞ്ഞ തന്ത്രികൾ വലിച്ചുകെട്ടി

പുതിയൊരു നാളിൻ മോചനഗീതം
പാടിനടന്നൊരു യുഗപ്രഭാവൻ
പിൻതുടരും നിൻ കാലടികൾ ഞാൻ"

ഇത് ഒരർത്ഥത്തിൽ പ്രതിജ്ഞയാണ്. ഈ കവിതയിൽ പരാമർശിക്കപ്പെടുന്ന യുഗപ്രഭാവൻ നമ്മുടെ രാഷ്ട്രപിതാവായ മഹാത്മാഗാന്ധിയാണെന്ന് അറിയുമ്പോൾ ഈ വരികളുടെ രചയിതാവിന്റെ തീരുമാനത്തിൽ നമുക്കു സന്തോഷം തോന്നും.

"എൻ രാഗസന്ധ്യകളേകിയ സിന്ദൂരം
നിനക്കായ് മാത്രം ഞാൻ മാറ്റിവച്ചു
അത്രമേൽ പ്രണയിച്ചു നിന്നെ ഞാനെന്നും
നിൻ മൃദുസ്പർശനം കാത്തുനിന്നു"

ഇവിടെ കാമുകനായി മാറുകയാണ് ഈ എഴുത്തുകാരൻ. രാഗസന്ധ്യകൾ തനിക്കേകിയ സിന്ദൂരം മാറ്റിവയ്ക്കുകയാണ് ഈ കാമുകൻ. വിവാഹാനന്തരം നായികയെ അണിയിക്കാൻ. അങ്ങനെ അണിയിക്കുന്നതിന് ഇരട്ട അർത്ഥമുണ്ട്. ഒന്ന്, നെറ്റിയിൽ സിന്ദൂരക്കുറി വരയ്ക്കാൻ. മറ്റൊന്ന് ഭർത്തൃമതിയായിക്കഴിഞ്ഞാൽ അവളുടെ സീമന്തരേഖയിൽ ചാർത്താൻ. അത്രമേൽ അവളെ താൻ പ്രണയിക്കുകയാണെന്നും അവളുടെ മൃദുസ്പർശനമേൽക്കാൻ കൊതിച്ച് കാത്തുനിൽക്കുകയാണെന്നും അറിയിക്കുമ്പോൾ അവരുടെ പ്രഗാഢമായ ബന്ധമാണ് വെളിപ്പെടുന്നത്.

'വീണുടഞ്ഞൊരു മൺവീണയിൽ
രാഗം തേടുമെൻ ഹൃദയമേ
ആരെ വീണ്ടും കാത്തിരിപ്പൂ നീ
ആർദ്രഹേമന്ത വേളയിൽ" എന്ന വരികൾ എഴുതിയ ആളിന്റെ ആത്മഗതമായി നമുക്കു പരിഗണിക്കാം. മൺവീണ വീണുടഞ്ഞുകഴിഞ്ഞു. എങ്കിലും നായകന്റെ പക്ഷത്തുനിന്നു ചിന്തിക്കുമ്പോൾ തെല്ലൊരു പ്രതീക്ഷയുണ്ട്. അതാവാം വീണ്ടും ഹൃദയം രാഗം തേടുന്നത്. ആരെയാണ് ഇനിയും കാത്തിരിക്കുന്നതെന്ന് സ്വയം ചോദിക്കുന്നുണ്ടെങ്കിലും മനുഷ്യസ്വഭാവം അതാണല്ലോ.

"വെറുതെയീ മോഹങ്ങൾ എന്നറിയുമ്പോഴും
വെറുതെ മോഹിക്കുവാൻ മോഹം" എന്ന് ഒ.എൻ.വി. കുറുപ്പ് എഴുതിയതിന്റെ പൊരുളും മറ്റൊന്നല്ല.

കവിതയുടെ തട്ടകത്തിൽ പ്രവേശിക്കുവാൻ ശ്രമിക്കുന്നവർക്ക് അവശ്യം വേണ്ടത് പദസ്വാധീനമാണ്. കവിത്വസിദ്ധി കുറഞ്ഞവർ

പോലും പദധാരാളിത്തത്താൽ കാവ്യരചനയിൽ വിജയിച്ചുപോകാറുണ്ട്. വിവിധ വിഷയങ്ങളെ സമീപിക്കുന്ന രീതിയാണ് മറ്റൊന്ന്. ഇന്നു പലരും കവിത എന്ന പേരിൽ പടച്ചുവിടുന്നത് ആ പേരിനുപോലും അർഹമല്ല.എഴുതാൻ എളുപ്പമായതിനാലാവാം ഗദ്യകവിതയെയാണ് ചിലരൊക്കെ ഇന്നു കൂട്ടുപിടിക്കുന്നത്. അത്തരം കവിതകൾക്കാണ് അനുവാചകർ ഏറെയുള്ളത് എന്ന ധാരണ (തെറ്റിദ്ധാരണ എന്നു പറയുകയാവും ശരി) വച്ചുപുലർത്തുന്നതിന്റെ ഫലമാണിത്. എന്തായാലും ബൈജു ഇരിങ്ങല്ലൂർ അത്തരക്കാരനല്ല എന്നത് ആശ്വാസകരമാണ്. എഴുതിത്തെളിയാനുണ്ടെങ്കിലും അദ്ദേഹത്തിന്റെ വരികൾക്ക് പൊതുവെ കൃത്രിമത്വത്തിന്റെ കറ പുരളാത്ത ഭംഗിയുണ്ട്. എല്ലാവിധ ഭാവുകങ്ങളും നേരുന്നു..

21.11.2021

ശാസ്തമംഗലം

മന്ദ്രമധുരമായ ഓർമ്മപ്പെടുത്തലുകളുടെ മഴപ്പെയ്ത്ത്

രമാദേവി എൻ.എം.

ഈ കവിതകളുടെ താളവും ലയവുമാണിതിന്റെ അഴകും കരുത്തും...

കാതിൽ വീണ് കാതിൽ തന്നെ വറ്റുന്ന സംഗീതവുമല്ല ഇതിന്...

വായിച്ചുകഴിഞ്ഞാലും ഏറെത്തവണ അനുവാചകനെ വരികളിലൂടെ കൈകോർത്ത് നടത്തിക്കുന്ന ഭാവനയും മാധുര്യവും ഏറെയുണ്ടിതിന്. അത്തരത്തിലുള്ള ഒരുപിടിക്കവിതകൾ ബൈജുവിന്റേതായിട്ടുണ്ട്.

ഏറ്റവും സരളമായി ആസ്വാദകന്റെ മനസ്സിന്റെ തന്ത്രികളെ തൊട്ടുണർത്തി ശ്രുതിമധുരമായി മീട്ടി മന്ദ്രധ്വനി സമ്മാനിക്കുന്നവ. ആ മഷിയുണങ്ങാത്ത തൂലികയുടെ സവിശേഷതയും അതുതന്നെയാണല്ലോ.

എഴുതാൻ വേണ്ടി എഴുതുന്നവയല്ല ഓരോന്നും എന്ന് വരികളിലൂടെ മിഴികളോടിച്ചപ്പോൾ മനസ്സിലായി.

ഹൃദയം ചേർത്തുവെച്ച് സ്നേഹവന്ദനത്തിലൂടെ കവിതയുടെ കിളിവാതിൽ തുറന്ന് അകത്തേക്ക്.

അറിവിൻ ഖനിയിലെ അക്ഷരച്ചിന്തുകൾ ഉരുവിട്ട് എഴുന്നള്ളിയ വിശാരദർക്ക് സമർപ്പിക്കപ്പെട്ടവയാണ് ഓരോന്നും. നല്ല കവിതകൾ ജീവനറ്റുപോയിട്ടില്ലെന്ന് നിശ്ശബ്ദം വിളിച്ചോതുന്നവ.

കൂട്ടത്തിൽ ഹൃദയാകാരത്തിലുള്ള ഇലഞെട്ടുകൾക്കിടയിൽ സൗരഭ്യം പൊഴിച്ച് തൂവെള്ള നിറത്തിൽ തലയാട്ടി നിൽക്കുന്ന നെയ്യാമ്പലുകളെപോലെ...

ചിലത്..

മനസ്സിൽ പരിമളം പരത്തി നിൽക്കുന്നവ.

'മഴയൊന്ന് പിന്നെയും പെയ്തുവെങ്കിൽ' മന്ദ്രമധുരമായ ഓർമ്മപ്പെടുത്തലുകളുടെ മഴപ്പെയ്ത്ത്.

മഴ നിന്നാലും മരം നിന്ന് പെയ്യുന്നപോലെ നോവിന്റെ ചില്ലുകളിലെ ശേഷിപ്പ്. പ്രണയത്തിന്റെ കന്മദഗന്ധം പൊഴിക്കുന്ന ആ രാവിന്

ഏഴഴകെന്നും.

ദീപ്തമായ ആ മന്ദഹാസത്തിന് ഇന്ദ്രധനുസ്സിന്റെ വശ്യതയെന്നും പെയ്തിറങ്ങിയ മഴമുത്തുകൾ പ്രണയാർദ്രമായ മിഴികളിൽതങ്ങിനിന്നുവെങ്കിലെന്നും, പൊക്കിൾച്ചുഴിയിലെ മാധുര്യമേറിയ ഇളനീർമധുരമായി അവ മാറിയെങ്കിലെന്നും ചിറകറ്റു പൊഴിയുന്ന പനിനീർക്കണങ്ങൾ ആ അധരപുടങ്ങളിലെ അമൃതായി തീർന്നുവെങ്കിലെന്നും കവി മനസ്സിനൊപ്പം അനുവാചകനും ആഗ്രഹിക്കുന്നു.

ഒത്തുകളിച്ചവരും, പാതിവഴിയിൽ മടങ്ങിയവരും ജീവിതപ്പാതയിൽ ഒരുമിച്ച് ചേർന്നവരും, ജന്മജന്മാന്തരങ്ങളായി തങ്ങളിൽ ഒളിച്ചുവെച്ച സ്നേഹഗീതികൾ അറിഞ്ഞുപകർന്നവരും, ഇടറുന്ന വീഥികളിൽ ഇടറാതെ കരം ചേർത്ത് പിടിച്ചവരും ആ കൈക്കരുത്തിന്റെ ഇഴചേർക്കലിന്റെ ദൃഢതയിൽ കാലം കോറിയിട്ട വഴികളിലൂടെ മുന്നോട്ട്...

'ജീവിതത്താളുകളി'ലൂടെ കവി സമ്മാനിച്ച ദൃശ്യചാരുതയാർന്ന ഗൃഹാതുരതയുടെ ഓർമ്മച്ചെപ്പ്...

വികൃതി വിരൽത്തുമ്പിൽ വിരിയുന്ന ബാല്യത്തിന്റെ മനോഹരചിത്രങ്ങൾ. വേനലവധിയിൽകുന്നിൻമാറിൽ വിതറിയ നാട്ടുമധുരത്തെ കണ്ണിമ ചിമ്മാതെ കൊതിയോടെ കാത്തിരുന്ന വള്ളിനിക്കറിട്ട ബാല്യം... ഗ്രീഷ്മച്ചൂടിൽ വെള്ളം വറ്റിയ പാടത്തിൽ പന്തിനൊപ്പം ചേറിൽ പുതഞ്ഞ് കൂട്ടിന്റെ ആർപ്പുവിളികളിൽ.. മുങ്ങി നേരമിരുട്ടിയാലും മടങ്ങാൻ കൂട്ടാക്കാത്ത മനസ്സ്. അച്ഛന്റെ ശാസനയുടെ, താക്കീതിന്റെ നോട്ടം അവഗണിച്ച്, അമ്മയുടെ പരിദേവനങ്ങൾക്ക് ചെവി കൊടുക്കാതെ വിദ്യയുടെ മഹത്വത്തെ നിഷ്കളങ്കതയോടെ തള്ളിക്കളഞ്ഞ ആ കുഞ്ഞുബാല്യം..

മുതിർന്നപ്പോൾ പ്രാരാബ്ധങ്ങളുടെ നൊമ്പരക്കെട്ടിൽ മിഴിനീർ പൊടിയുമ്പോൾ അറിയുന്നു അന്ന് തള്ളിക്കളഞ്ഞ പരിദേവനങ്ങളുടെ, ശാസനകളുടെ അർത്ഥവും വ്യാപ്തിയും. അവ പകർന്നുതന്ന പാഠങ്ങൾ, സ്വരുക്കൂട്ടിയ പാഴായ സ്വപ്നങ്ങളുടെ ഭാരവും.. ഇന്നത് പൂത്തുലയാൻ മനസ്സ് കൊതിക്കുമ്പോഴും ഏറ്റുപറച്ചിലിന്റെ വേദനയും ആശിച്ചവയൊന്നും നേടാനായില്ലെന്നും, ഞാനാരുമായില്ലെന്നും ഉള്ള മനസ്സ് പൊള്ളിക്കുന്ന യാഥാർത്ഥ്യങ്ങളും..

'തുഞ്ചൻ' പാട്ടിലൂടെ അമ്പത്തൊന്നക്ഷരക്കതിർക്കുല കൊണ്ടുവന്ന മലയാളിപ്പെണ്ണിനെ വരവേൽക്കുന്നതും, കൈരളിയെ ആ കതിർമാല ചാർത്തി സമ്പന്നമാക്കിയ കവി മനസ്സിനെ ഓർത്തെടുത്തതും ഏറെ ഹൃദ്യമായി.

പിന്നെ പൗരാണിക കഥയിലെ വിരഹിണി ഊർമ്മിള.. അവളുടെ പ്രണയാർദ്രമായ ചിന്താവ്യഥകളെ വരച്ച് കാട്ടുന്ന 'ഊർമ്മിള' എന്ന

കവിത.

കവി തന്നെ സമ്മതിക്കുന്നു മനു നീതി തട്ടിക്കെടുത്തിക്കളഞ്ഞ, നിറയൗവനത്തിന്റെ സൗഭാഗ്യദീപ്തിയാണവളെന്ന്.

മറുവാക്ക് ചൊല്ലാതെ മൗനം തീർത്ത വാത്മീകത്തിൽ നിസ്സഹായയായി ഊഷരക്കാട്ടിലെ പഞ്ചാഗ്നി മദ്ധ്യത്തിൽ സ്വയം ഉരുകിത്തീർന്ന പെണ്ണ്... സർവ്വം സഹയായ്, കിനാവുകൾ ത്യജിച്ച ഊർമ്മിള.

പിന്നീട് താളുകൾ പിന്നിട്ടപ്പോൾ വിഷുവിനെക്കുറിച്ചുള്ള ദീപ്തമായ ഓർമ്മകളും, പൊന്നോണക്കാറ്റിന്റെ സുഗന്ധവും മാധവമാസത്തിൽ പുഷ്പിണിയായ് നിൽക്കുന്ന പ്രകൃതിയും അവയോട് കവിമനസ്സിന് തോന്നുന്ന അനുരാഗവും. വസന്തം വഴിമാറിപ്പോയെന്ന് പരിഭവിച്ചു കടംകൊണ്ട, പരിമളം വിതറാത്ത കാട്ടുപൂക്കളെ കണ്ട തലതാഴ്ത്തി നിൽക്കുന്ന മുല്ലവള്ളിയും ചെമ്പകച്ചോടും മറക്കാനാവാത്ത മധുരം ഓർമ്മയിൽ സമ്മാനിച്ച സ്നേഹത്തിന്റെ മറുവാക്ക്.. 'മുത്തശ്ശി' എന്ന കൊച്ചുകവിത. മുത്തുകൾ കോർത്ത കഥ സമ്മാനിച്ച മുത്തശ്ശി. ആ കഥയോർമ്മ പകർന്നുതന്ന ഇത്തിരി വെട്ടത്തിൽ സ്വരുക്കൂട്ടിയ കാവ്യപ്രപഞ്ചം. പിന്നീട് വരുന്ന കവിതകൾ ഒക്കെയും ആസ്വാദകനെ വ്യത്യസ്തമായ അനുഭൂതിയുടെ തലങ്ങളിലേക്ക് നയിക്കുന്നവയാണ്.

സ്വയമെന്ന വിലയിരുത്തലിൽ 'ഞാൻ' എന്ന കവിത. ഇന്നലെ ചൊല്ലിയ വാക്കുകളൊക്കെയും, ഇന്ന് ഞാൻ മാറ്റിപ്പറയുമെന്ന സാധാരണ മനസ്സിന്റെ ഏറ്റുപറച്ചിൽ.

ചഞ്ചലമായ മനുഷ്യമനസ്സിന്റെ ദുർബലമായ ഓർമ്മപ്പെടുത്തൽ. പിന്നീട് പരിപാവനയായ കന്യാകുമാരിയെക്കുറിച്ച് പാടുമ്പോഴും എന്നിലെ എന്നിലേക്ക് ഒഴുകിയിറങ്ങിയ ആ 'നിന്റെ' സ്വത്വത്തെക്കുറിച്ച് കവി ഓർത്തെടുക്കുന്നു.

"ഇല്ല നീയിന്നെൻ കൂടെ വന്നൊരാ
സാന്ത്വനഗീതം മൂളുവാൻ' എന്ന വരികൾ.

ഏകാന്തതയിൽ, അനാഥത്വത്തിന്റെ വിങ്ങൽ പേറുന്ന ഒറ്റപ്പെട്ട മനസ്സിന്റെ നൊമ്പരം ചാലിച്ച ചിത്രം അനുവാചകനിൽ കോറിയിട്ട് നടന്നുപോവുന്ന കവിമനസ്സ്.

അങ്ങനെ കണ്ടതും കണ്ടുമറന്നതും, കാഴ്ചയിൽ നിന്നകന്നതുമായ ഒട്ടേറെ വാങ്മയ ചിത്രങ്ങൾ. ഓർമ്മകളുടെ തകരപ്പെട്ടിയിൽ താഴിട്ടു പൂട്ടിയ ആ വർണ്ണചിത്രങ്ങൾ. മങ്ങാതെ...

ഹൃത്തിന്റെ ചുവരലമാരയിൽ ചേർത്തുവെക്കാൻ ഈ കാവ്യകുസുമങ്ങൾക്കാവട്ടെ എന്ന് ആശംസിക്കുന്നു.

ഏറെ ഹൃദ്യമായി വായനാനുഭവം.

പഞ്ചഭൂതത്തിൽ തുടിക്കുമെൻ ജീവൻ
പഞ്ചഭൂതത്തിലേക്കാളുന്ന നാൾവരെ
വിധിതീർത്തൊരിരുളിൽ ഖനികളിൽ ജീവിത-
പ്പശി തീർക്കുവാനെന്നുമലയേണമെങ്കിലു-
മതെല്ലാം മറന്നൊന്നിരുന്നു ഞാനെന്റെ-
യന്തഃരംഗത്തിന്നഗാധതലങ്ങളിൽ
ചങ്ങലക്കിട്ട സ്വരമുകുളങ്ങൾ തൻ
ബന്ധനം നീക്കാൻ ശ്രമിക്കുമീ വേളയിൽ
തിരികെ വിളിക്കാൻ വരല്ലൊൻ മനീഷയിൽ
കനലൂതിയേറ്റും കയ്പ്പുള്ള സത്യങ്ങളേ...
നാദമനർഗ്ഗള നാദമനശ്വര-
വിസ്മയം തീർക്കും വിപഞ്ചികാതന്തുവിൽ
ഇനിയല്പനേരമെൻ കൈവിരൽ ചേർത്തൊന്നു
തനിയെയിരുന്നു ഞാനറിയട്ടെ നിർവൃതി!

വന്ദനം

സരസ്വതീക്ഷേത്രത്തിൻ സ്വരമണ്ഡപത്തിൽ
നവരത്നഖചിതമാം മണിമണ്ഡപത്തിൽ
പരിവർത്തനത്തിന്റെ കാഹളമൂതുവാൻ
ഉണർന്നെണീറ്റവരേ.. നിങ്ങൾക്കു വന്ദനം.

നിറസൂര്യനാളമായിരുളാർന്ന വീഥിയിൽ
മുൻപേ നടക്കുവാൻ വന്നവരേ,
ഞങ്ങൾക്കു മുൻപേ നടക്കുവാൻ വന്നവരേ
സ്വാഗതമലരുകളേകാം ഞങ്ങളീ-
വാഗർത്ഥമുണരുമീ ഭൂമികയിൽ,
തുഞ്ചന്റെ ശാരിക പാടുന്ന ഭൂമികയിൽ

അറിവിന്റെ ഖനിയിലെയക്ഷരമന്ത്രങ്ങൾ
ഉരുവിട്ടു വന്ന വിശാരദരേ
ഞങ്ങൾക്കു ഭാവനാപത്രം തീർത്തവരേ
സാദരമേകുന്ന ധന്യവാദങ്ങളേ
സ്വീകരിച്ചാലുമീ വേദികയിൽ,
സദയം സ്വീകരിച്ചാലുമീ വേദികയിൽ

എന്റെ കവിത

സാഹിതീവേദിയിൽ പുത്തനിരിപ്പിടം
നേടുവാൻ വേണ്ടിയല്ലെന്റെയീ സാഹസം
ഘനിഭൂതമാം മനസ്സിന്റെയേകാന്തത
മറികടക്കാൻ കണ്ട സൂത്രമൊന്നേ!

താളംപിടിച്ചു ഞാനെഴുതിയതൊക്കെയും
കവിതപോലുണ്ടെന്നു ചൊല്ലിയന്നാരോ!
സൗഹൃദക്കൂട്ടായ്മ ചോദനമേകിയെ-
ന്നാത്മരാഗങ്ങൾക്കു മഷിപകർന്നെന്നോ!

വർത്തമാനത്തിന്റെ വ്യഥകൾ കാണില്ലിതിൽ
ഭൂതകാലത്തിന്റെ സ്മൃതികൾ മാത്രം
പച്ചയാം ജീവിതക്കാഴ്ചകൾ കാണില്ല
ഭാവനാസൗഭഗമൊന്നുമാത്രം.

ലോകത്തിന്നൊരു ചെറു പുതുചിന്തപോലും
നൽകുകില്ലെന്റെയീ കൊച്ചു കവിതകൾ
എങ്കിലുമെഴുതുന്നു ഞാനെൻ മനസ്സിന്റെ
തന്ത്രിയിലാരോ വിരൽ ചേർത്തു വയ്ക്കവേ!

സ്വന്തമല്ലൊന്നുമേ കേട്ടുപഠിച്ചതിൻ
നേർത്ത പ്രതിദ്ധ്വനിയാണിതെന്നോർക്കുകിൽ
നിന്ദ തോന്നീടുവാറുണ്ടെനിക്കെന്നോട-
തെങ്കിലും പിന്നെയും കുത്തിക്കുറിപ്പു ഞാൻ

അപഹസിച്ചീടല്ലേ കൂട്ടരേ നിങ്ങളെൻ
പഴമയെ സ്നേഹിച്ച ചിന്താഗതികളെ
ചെളിവാരിയെറിയല്ലേ ശുഷ്ക്കമാണെങ്കിലും
കവിതയിൽ ഞാൻ കണ്ട നല്ല സ്വപ്നങ്ങളെ.

അക്ഷരക്കൂട്ടുകാർ

കേരപ്പെരുമയാൽ കേൾവികേട്ടുള്ളൊരീ
കേരളനാടിൻ ഹൃദയാങ്കണത്തിലായ്
തുഞ്ചന്റെ ശാരികക്കൊപ്പം കളിച്ചവർ!
കുഞ്ചന്റെ തുള്ളലിൽ നാദം പകർന്നവർ!
വാസരക്ഷേത്രത്തിൽ പൂക്കളർപ്പിക്കുവോർ!
വാടികളൊക്കെയും വിസ്തൃതമാക്കിയോർ
എന്റെയെന്നുള്ളിലെ ചിന്തകൾക്കൊക്കെയും
വാനം പറക്കാൻ ചിറകുകൾ നൽകിയോർ!
കൊമ്പന്മാരമ്പത്തിയൊന്നു പേരുണ്ടവർ!
പൊൻതിടമ്പേറ്റിവമ്പാർന്നു നിൽക്കുന്നവർ!
കൈപിടിച്ചെന്നുമെൻ കൂടെ നടക്കുവോർ
അറിവിന്റെ വാഹകരക്ഷരക്കൂട്ടുകാർ!

അക്ഷരമന്ത്രം

(ആദ്യമായി വിദ്യാലയത്തിലെത്തുന്ന കുഞ്ഞുങ്ങളോട്)

സ്നേഹം കൊടുത്തു നാം സ്നേഹം നേടണം
സ്നേഹത്തിനായി നാം സർവ്വം ത്യജിക്കണം
ജീവിതയാത്രതൻ വീഥികളിൽ സ്നേഹ-
ദീപവുമേന്തി നാം മുൻപേ നടക്കണം
വരിക കുഞ്ഞുങ്ങളേ ഈയമ്മമാറിലെ
അനഘമാം മധുരം നുകർന്നിടുവാൻ.

അക്ഷരക്കൂട്ടരുമൊത്തു കളിക്കാൻ
അക്കങ്ങളോരോന്നുമെണ്ണി പഠിക്കാൻ
ആകാശമുറ്റത്തെ നക്ഷത്രത്തോപ്പിലേ-
യ്ക്കാശാവിമാനത്തിൽ യാത്ര പോകാൻ
വരിക കുഞ്ഞുങ്ങളേ ഈ മണിമുറ്റത്തെ
അറിവിൻ മണൽത്തരികൾ വാരീടുവാൻ

നന്മകൾ തിന്മകൾ തിരിച്ചറിഞ്ഞീടുവാൻ
നേർവഴിയെന്നും തെളിഞ്ഞീടുവാൻ
വിദ്യാവനിയിലെ വാത്സല്യപൂന്തേൻ
ഏറെ നുകർന്നു വളർന്നീടുവാൻ
വരിക കുഞ്ഞുങ്ങളേ അക്ഷയഖനിയിതിൽ
വിളയും രത്നങ്ങൾതൻ മാല ചൂടാൻ.

മഴയൊന്നു പിന്നെയും പെയ്തുവെങ്കിൽ

മന്ദ്രമധുരമാമോർമ്മപ്പെടുത്തലായ്
മഴയെന്റെ തൊടിയിലായ് പെയ്തൊഴിഞ്ഞീടവേ
[1]വെള്ളിൽക്കിളികൾക്കു സൗഭാഗ്യമേകുന്ന
കാർമേഘക്കാമുകൻ വാനിലകലവേ!

പുതുമണം പുവിട്ടൊരോർമ്മതൻ ചില്ലയി-
ലായിരം മുത്തുകൾ കാത്തുവച്ചന്നു ഞാൻ
ഇടവത്തിലലറുന്ന [2]പുഷ്ക്കലാവർത്തം
പൊട്ടിമുളപ്പിച്ച കൂണുകൾ മാതിരി!

ആരവമെല്ലാമകന്നുപോയ് കാറ്റിന്റെ
സീൽക്കാരമൊരു കൊച്ചുചൂളം വിളിക്കാ-
യേതോ മുളംകാട് തേടി നടക്കയോ
ആകാശമേടയിൽ ദീപം തെളിയവേ!

നെയ്താമ്പലുണരുന്ന പൊയ്കയിലാമണി-
ച്ചന്തം പുണർന്നു പരന്നു നിലാവല
സംഹാരതാണ്ഡവമാടിയോരാറുകൾ
നീലാംബരിയുടെ പാട്ടിലലിഞ്ഞുപോയ്!

മേദുരസന്ധ്യകൾ കുങ്കുമം ചാർത്തിയ
ചക്രവാളത്തിന്റെ ചാരുത കണ്ടുഞാൻ
ഇന്ദ്രഗോപങ്ങൾ തിരിയുഴിഞ്ഞീടുന്ന
ഋതുസംക്രമത്തിന്റെയുദ്യാനവീഥിയിൽ

നിൽക്കവേ മിന്നിത്തിളങ്ങുന്ന ചിത്രമായ്
മുന്നിൽ നീ നിന്നു വിളങ്ങി നിരഞ്ജനേ
നീരദത്തിരശ്ശീല നീക്കിവന്നെത്തീടു-
മീടുറ്റ ഭംഗിയെഴുന്ന സുധാംശുപോൽ!

---

1. മേഘസാമീപ്യത്തിൽ വെള്ളിൽക്കിളികൾക്ക് ഗർഭധാരണം സംഭവിക്കുന്നതായി കവിസങ്കല്പം
2. പ്രളയകാലത്തെ മേഘങ്ങളാണ് പുഷ്കലാവർത്തങ്ങൾ

ഒന്നിച്ചുക്കൂടിക്കളിച്ചവർ, നമ്മളീ-

ജീവിതപ്പാതയിലൊന്നിച്ചു ചേർന്നവർ
ജന്മാന്തരങ്ങളായ് തങ്ങളിൽ സൂക്ഷിച്ച
സ്നേഹഗീതങ്ങളറിഞ്ഞു പകർന്നവർ

ഓർക്കിൽ ഞാനെപ്പോഴും കോൾമയിർ കൊള്ളുമോ-
രോണനിലാവിന്റെ സൗഭഗം പോലെ നീ
ഇടറുന്ന വീഥിയിൽ കൈപിടിച്ചീടുവാ-
നിടറാത്തൊരൂന്നുവടിതൻ ദൃഢത നീ

പ്രണയത്തിൻ തീക്ഷ്ണമാം ഗന്ധം പരത്തുന്ന
തിങ്കൾ മരീചിയാൽ ശാരദപൂർണ്ണിമ
നിഷ്പ്രഭമാക്കി നീയോമനേ നന്മൊഴി
തേനിലായ് ചാലിച്ച കൈവല്യദായികേ...

താലം പിടിക്കുന്ന ചന്ദ്രോത്സവത്തിന്റെ
കങ്കണം ചിന്നുന്ന സൗവർണ്ണകാന്തിയിൽ
ദീപ്തമാം നിൻമൃദുഹാസത്തിൽ പൂവിട്ടൊ-
രിന്ദ്രധനുസ്സിന്റെ വർണ്ണമനോജ്ഞത!

അതിനുള്ളിൽ നിന്നുമായൂറിയെത്തീടുമൊ-
രനിതര മോഹനകന്മദഗന്ധമോ
എന്നന്തരാത്മാവിനുള്ളിൽ ജ്വലിച്ചീടു-
മതിഗൂഢനിർവൃതിക്കെണ്ണയേകി!

മഴയൊന്നു പിന്നെയും പെയ്തുവെങ്കിൽ
നിന്റെ കൺപീലിയിൽ തെല്ലു തങ്ങിയെങ്കിൽ
ചിറകറ്റുപൊഴിയുമാ പനിനീർക്കണങ്ങൾനിൻ
അധരത്തിലമൃതമായ് തീർന്നുവെങ്കിൽ

മഴയൊന്നു പിന്നെയും പെയ്തുവെങ്കിൽ
നിന്റെ വലികളിൽക്കൂടി പടർന്നുവെങ്കിൽ
ഒടുവിലാ നീർക്കണം പൊക്കിൾച്ചുഴിയിലാ-
യിളന്നീർമധുരം നിറച്ചുവെങ്കിൽ

ജീവിതത്താളുകൾ

ആകാശവാണിയിലൊഴുകിവന്നെത്തും
[1]"ഓമന ഉണ്ണി' തൻ പാട്ടുകേട്ടീടവേ
തിരികെ വരാത്തൊരാ ബാല്യകാലത്തി-
ലേക്കോർമ്മകളെന്നെയും കൊണ്ടുപോയല്ലോ.

ചെമ്പകം പൂത്തു സുഗന്ധം പരക്കുന്ന
തൊടിയിലേക്കെന്നെയും കൊണ്ടുപോയല്ലോ
മാനത്തു കണ്ണികൾ നീന്തിത്തുടിക്കുന്ന
പാടത്തിലെന്നെയും കൊണ്ടുപോയല്ലോ.

വികൃതി വിരൽത്തുമ്പിലെന്നും വിളയും
വിവരമില്ലായ്മതന്നാടിത്തിമിർപ്പിൽ
കാട്ടും ഗുരുത്വക്കേടുകളൊക്കെയു-
മിന്നലെയെന്നപോലെന്നുള്ളിലെത്തിയോ!?

വേനലവധികൾ മേളിച്ച കുന്നിന്റെ
മാറിൽ പതിക്കുന്ന നാട്ടുമാധുര്യത്തെ
കണ്ണിലായെണ്ണയൊഴിച്ചുഞാൻ കാത്ത നാൾ
വീണ്ടുമെന്നുൾക്കണ്ണിൽ മിന്നിത്തെളിഞ്ഞുവോ?

സന്താനഗോപാല ഗീതികളാലെന്റെ-
രാത്രികൾ സമ്പന്നമാക്കിയ മുത്തശ്ശി-
യമ്മതൻ നെഞ്ചിലെ ചൂടിലമർന്നൊരാ-
ധന്യത പൂവിട്ട ബാല്യകാലത്തിനെ

ഒന്നെത്തിനോക്കട്ടെ ഞാനിന്നു വീണ്ടുമാ
കൈതവമേശാത്ത പൊൻമയിൽപ്പീലികൾ
നൂപുരം കൊഞ്ചിച്ചിരിക്കുന്ന താളത്തിൽ
തുള്ളിത്തുളുമ്പുന്ന പല്ലവച്ചേലുകൾ!

ഓർമ്മകൾ പിന്നെയും ചിക്കിചികയുന്നു
പിന്നിട്ട വീഥിതന്നാത്മഹർഷങ്ങളെ
പൊൻപുളിനത്തിനെ വാരിപ്പുണരുമോ-
രബ്ധിത്തിരപോലനിശമാന്ദോളനം!

മുത്തുകൾ വാരിയെടുത്തു ഞാൻ സൂക്ഷിച്ച
മുഗ്ദ്ധമാമോമൽ കിനാവിന്റെ പെട്ടകം
മാറാല മൂടിയ മച്ചിൻപുറത്തെന്റെ
കാലൊച്ച കേൾക്കാൻ കൊതിക്കുന്നുണ്ടോ!?

വേനലിൽ വെള്ളമിറങ്ങിയ പാടത്തിൽ
പന്തുമായോടിക്കളിക്കുന്ന കൂട്ടുകാർ-
ക്കൊപ്പമായ് നേരമിരുട്ടിയാൽ പോലും
വീടണഞ്ഞീടാൻ മടിക്കും മനസ്സുകൾ

മൺപാതയോരത്തൊരത്താണിയിൽ നിത്യ-
മൊന്നിച്ചിരുന്നു കലഹിച്ച നാളുകൾ
കിട്ടുന്നതൊക്കെയും തങ്ങളിൽ പങ്കിട്ടു
സൗഹൃദക്കൂട്ടായ്മ ഘോഷിച്ച നാളുകൾ

വിദ്യാധനത്തിൻ മഹത്വം നിരന്തര-
മച്ഛന്റെ വേദന ചൊല്ലിത്തരികിലും
'നിഷ്ഫലാകല' യെന്നു ചൊല്ലിയന്നെന്നും
[2]മാഘന്റെ ജീവിതക്കാഴ്ചകൾ കാട്ടിഞാൻ

കണ്ണുകൾ രണ്ടിനും കാഴ്ചയുണ്ടെങ്കിലും
കാണേണ്ട കാഴ്ചകൾ കാണാത്തൊരന്ധനായ്
ദീപങ്ങളെല്ലാമണച്ചോരിരുളിന്റെ
വീഥിയിലേക്കു തിരികെ നടന്നു ഞാൻ

ആരുമായില്ല ഞാ,നാരുമായില്ല ഞാ-
നച്ഛനുമമ്മയുമാശിച്ചതുപോലെ
ആ നൊമ്പരങ്ങളെയിന്നറിയുന്നു ഞാ-
നച്ഛനായ്തീർന്നൊരെൻ ജീവിതചിന്തയിൽ

നീതികേടിനൊരു പര്യായമെന്നപോ-
ലിന്നെന്റെ മക്കളെക്കൂട്ടിലടച്ചു ഞാൻ
പൊങ്ങാത്ത കല്ലുകളോരോന്നെടുപ്പിച്ചു
പാറിപ്പറക്കേണ്ട തുമ്പിക്കിടാങ്ങളെ

പണ്ടെന്റെ ബാല്യം നിനച്ചതിനൊക്കെയും
മാറിത്തുഴയുന്നതിന്നെന്റെ ചിന്തകൾ
പണ്ടെന്റെയച്ഛന്റെ സ്വപ്നങ്ങളൊക്കെയും
ഇന്നെന്റെ മക്കളിൽ പൂക്കാൻ കൊതിപ്പു ഞാൻ

ഏറെ മടുത്തുവോ നിങ്ങൾക്കു ഞാനെന്റെ
ജീവിതച്ചിത്രം വരക്കുകിൽ കൂട്ടരേ
ഉണ്ടൊരുവേള ഞാൻ നിങ്ങളിൽതന്നെയും
ഭിന്നരാകില്ലല്ലോ നമ്മളിന്നേവരും
വേറിട്ട വേഷങ്ങൾ ജീവിതവേദിയി-
ലാടുവാനായ് വിധി വന്നവർ നമ്മളോ
ആശിച്ചതാവില്ല നേടുന്നതൊക്കെയും
ആശകൾ സങ്കല്പവർണ്ണമരാളങ്ങൾ!

1. നിർമാല്യം എന്ന സിനിമയിൽ ഇടശ്ശേരി ഗോവിന്ദൻനായർ എഴുതിയ ഓമന ഉണ്ണീടെ നാവേറു പാടുന്നേ... എന്ന ഗാനം കേൾക്കുമ്പോൾ എന്റെ ഓർമ്മകൾ ബാല്യത്തിലേക്ക് തിരികെസഞ്ചരിക്കും.
2. മാഘൻ - മഹാപണ്ഡിതനും കവിയുമായിരുന്ന ഇദ്ദേഹം തീർത്തും ദരിദ്രനായി മരണം വരെ ജീവിക്കേണ്ടിവന്നു എന്ന് ഐതിഹ്യം

ഊർമ്മിള

ഈരേഴുപതിന്നാലു സംവത്സരങ്ങൾ
ഇരവുകൾ പകലുകളാക്കിയോളൂർമ്മിള
വെള്ളിടിവെട്ടിക്കരിഞ്ഞ കിനാവിൽനി-
ന്നാത്മഹർഷങ്ങൾ രചിച്ചവളൂർമ്മിള
ഓർമ്മകളോടം തുഴയും സരയുവി-
ലോമൽക്കിനാക്കളൊഴുക്കിയോളൂർമ്മിള
തീപോലെ പൊള്ളുന്ന സത്യപ്രകാശത്തി-
ലെന്നുമുരുകിയെരിഞ്ഞവളൂർമ്മിള.
മനുനീതി തട്ടിക്കെടുത്തിക്കഞ്ഞതാം
നിറയൗവനത്തിന്റെ സൗഭാഗ്യദീപ്തിയിൽ
ഉള്ളംപിടയ്ക്കിലും മറുവാക്കു ചൊല്ലാതെ
ജഡസ്വപ്നമായ് തീർന്നു പോയവളൂർമ്മിള

കൂടെ നടക്കേണ്ടയാൾ കൂടെയില്ലാതെ,
രോമഹർഷങ്ങൾക്കു ചിറകുകളില്ലാതെ,
പൊന്നുഃഷക്കാലങ്ങളില്ലാതെ, വാസന്ത-
വർണ്ണഋതുക്കൾ തൻ പൂമണം കൊള്ളാതെ
ഗ്രീഷ്മതരംഗങ്ങൾ ചൂഴുമഗാധമാ-
മൂഷരക്കാട്ടിലെ പഞ്ചാഗ്നിമദ്ധ്യേ
കുലവധൂധർമ്മമാം പത്മവ്യൂഹത്തിലെ
കൂരിരുൾ ഗർത്തത്തിൽ വീണവളല്ലേ നീ
ദാസിയായ് വേശ്യയായ് പെണ്ണിനെ കാണുന്ന
നീതിസാരത്തിന്റെ ദുർഗ്ഗങ്ങളിൽ നിന്നും
മേദിനി സർവ്വംസഹയെന്നു ചൊല്ലുന്ന
നീതിബോധത്തിൻ പൊരുത്തമില്ലായ്മയിൽ
നീ ത്യജിച്ചെത്ര കിനാവുക,ളൂർമ്മിളേ
രാമരാജ്യത്തിന്റെ ഭാഗധേയങ്ങളായ്
സൂര്യവംശത്തിന്റെ കീർത്തിസ്തംഭങ്ങളി-
ലെന്തീ വിധം നിന്റെ പേരെഴുതി വച്ചു?

എത്ര യുഗങ്ങളെ പിന്നിട്ടു കാലമി-
ന്നിപ്പഴും രാമായണക്കഥ ചൊല്ലവേ
സാകേത,മിന്നും ജ്വലിക്കുന്നതൂർമ്മിളേ
നീ തിരി കത്തിച്ച കണ്ണുനീരെണ്ണയിൽ.

മുത്തശ്ശി

സ്നേഹത്തിന്നൊരു മറുപേരുണ്ടതെന്റെ
മുത്തശ്ശിയമ്മതൻ പേരുതന്നെ
സ്നേഹത്തിൻ ഭാഷകളെന്നെ പഠിപ്പിച്ച
മുത്തശ്ശിയമ്മ തൻ പേരുതന്നെ
ചന്ദനധൂമസുഗന്ധമെഴും, കുളി-
രമ്പിളി കെട്ടിയൊരെൻ മണിത്തൊട്ടിലിൽ
താരാട്ടുപാട്ടിൻ മരന്ദം പകർന്നൊരാ
മുത്തശ്ശിയമ്മതൻ പേരുതന്നെ

പുലരിതൻ ദീപം തെളിയുന്ന വേളയി-
ലക്ഷരമന്ത്രം കുറിച്ചുതന്നു!
മുഗ്ദ്ധമാമോമൽ കിനാവിൻ ചിറകിൽ
സ്നിഗ്ദ്ധതീരങ്ങളിൽ കൊണ്ടുപോയി!
മുത്തുകൾ കോർത്ത കഥകൾ പറഞ്ഞെത്ര
ചിത്രവർണ്ണങ്ങൾ നിറച്ചുതന്നു!
ശാരികപ്പൈതലിൻ പാട്ടിന്നാലെത്ര
ശാരദപൂർണ്ണിമ ചാർത്തിനിന്നു!

അക്കുഞ്ഞുകഥകളിൽ നിന്നിറ്റുവീണ
ഇത്തിരിവെട്ടമാണെൻ ഗാനവീചികൾ
അക്കൊച്ചുശലഭകോശങ്ങളിൽ നിന്നെത്ര
ചിറകുകൾ നേടുന്നതിന്നെന്റെ ചിന്തകൾ!

സ്നേഹമറിവിന്റെ വനമാണെങ്കിൽ
മുത്തശ്ശിയമ്മയാണാ രാഗവാനം
സ്നേഹമഗാധമാം സാഗരമെങ്കിലോ
മുത്തശ്ശിയമ്മയാ വാത്സല്യസാഗരം!!

പുണ്യദർശനം

അറിയുന്നു നിന്നെ ഞാനെന്നമ്മേ നാവിലാദ്യമായി
കിനിയുന്ന ജീവിതത്തിൻ മധുബിന്ദുവിൽ
അറിയുന്നു നിന്നെ ഞാനെന്നമ്മേ നാവിലാദ്യമായി
വിരിയുന്ന മധുരമാം വാക്കിനുള്ളിലും

ചിപ്പിക്കുള്ളിൽ മുത്തുപോലെ പത്തുമാസമുള്ളിലേറ്റി
നോവറിഞ്ഞു മണ്ണിലെനിക്കുയിരു നൽകി
പൊരിയുന്ന വേനൽച്ചൂടിൽ തണലേകി കൂടെനിന്നു
ചൊരിയുന്ന മാരിയൊക്കെ സ്വയമേറ്റി നീ

സ്വയം നീറി വെളിച്ചമായിരുട്ടിലും കൂട്ടുവന്നു
മുറിവുകളുണക്കുവാനമൃതുതന്നു
മധുരമാം ശാസനയും സുഖദമാം വേദനയും
നൽകിയെന്നെ ഞാനാക്കിയ സ്നേഹമൂർത്തി നീ

അറിയുന്നേനമ്മ നിന്നെ,യലിവിന്റെയാകാശമേ
എന്നുമുള്ളിൽ കണിയാകും കർണ്ണികാരമേ
അറിയുന്നേനുണ്മയായി നന്മയാർന്ന മാതൃത്വമേ
നിന്റെ രൂപഭാവമത്രേ പുണ്യദർശനം.

യമുനാതീരം

കണ്ടു ഞാനുൾക്കണ്ണിൽ വീണ്ടുമവ്യക്തമായ്
ഊർമ്മിയിളകും യമുനതൻ തീരമോ
സുന്ദരം കോകിലകൂജനം കേൾക്കുന്ന
ശോകാന്തമേതോ കഥയുടെ തീരമോ
കാലപ്രവാഹങ്ങൾ വിസ്മൃതമാക്കിയ
വ്യർത്ഥപ്രതീക്ഷകൾ നൽകിയ തീരമോ
കാതരയാമൊരു പെൺകൊടിയാരെയോ
കാതോർത്തിരിക്കുന്നൊരേകാന്തതീരമോ?
നീലമഷിപരന്നക്ഷരം മാഞ്ഞൊരാ
ജീവന്റെ പിഞ്ചരികവച്ചൊരു പുസ്തക-
മായെന്റെ ചിന്തയിൽ വിങ്ങുന്ന തീരമേ
പ്രാപിപ്പൂ നിന്നാത്മവേദനയെന്നെയും!

ശീതളച്ഛായാതലങ്ങളിൽ സൗവർണ്ണ-
സന്ധ്യയൊരുക്കുന്ന കുഞ്ജകുടീരത്തിൽ
മുഗ്ദ്ധവസന്തങ്ങളോമനിച്ചെത്രമേൽ
ചേമന്തി വിരിയിച്ചു സൗരഭ്യമേകമേ
ഓർക്കുന്നു നിന്നെ ഞാൻ രാധികേ, കണ്ണന്റെ
മാനസവേണുവിൻ ഭൂപാളരാഗമേ
ഏകാകിയായ് ജന്മജന്മാന്തരങ്ങളായ്
കണ്ണുനീർ മുത്തുകളാക്കിയ ഗോപികേ!

പ്രാണപ്രതീക്ഷകൾ വാടിക്കരിഞ്ഞുപോ-
യാർദ്ര ഋതുഭേദവേളകൾക്കിപ്പുറം
നീലക്കടമ്പുകൾ പൂക്കുന്ന തീരമേ,
നീ കാത്തുസൂക്ഷിച്ച മായാമുരളിക
മൂളുന്ന മോഹനസംഗീതവീചികൾ
കേൾക്കാൻ കൊതിക്കുന്നതുണ്ടെന്റെ മാനസം

കാണ്മൂ ഞാനുൾക്കണ്ണിൽ വീണ്ടുമവ്യക്തമായ്
കാലം കൊരുത്തിട്ട കാവ്യസങ്കല്പങ്ങൾ
മോഹഭംഗത്തിന്റെ മായാത്ത ചിത്രങ്ങൾ
കണ്ണനും രാധയും തീരനികുഞ്ജവും!

ഗാന്ധിജിയെ ഓർക്കുമ്പോൾ

അഖണ്ഡഭാരതഭൂവിന്നായി
അഹിംസയെന്നൊരു മന്ത്രം ചൊല്ലി
അടിമ കിടത്തിയ ജനകോടികളുടെ
നാവായ് മാറിയ മഹാനുഭാവൻ!

പരദേശികളുടെ ദുർഭരണത്തിൽ
തളർന്നുവീണൊരു സംസ്കാരത്തെ
ഉണർത്തി വീണ്ടും പറന്നുയരാൻ
ചിറകുകൾ നൽകിയ കർമ്മധീരൻ!

ലോകത്തിന്റെ തിമിരം മാറ്റാൻ
സ്നേഹത്തിന്റെ കണ്ണട നൽകി
ദീപ,മിരുട്ടിൽ തെളിച്ചു മുൻപേ
നടന്നുപോയൊരു പിതാമഹൻ!

മദിച്ചുപൊന്തുമഹംബോധങ്ങൾ
തകർത്തെറിഞ്ഞു തൻ ത്യാഗത്താൽ
എടുത്തുയർത്തി മൂവർണ്ണക്കൊടി
ഭാരതജനതയ്ക്കഭിമാനം!

ചാരത്തിൽനിന്നുയർന്നു പൊങ്ങി
വാനം പൂകും പറവ കണക്കെ
തെളിഞ്ഞു നീയാം ചിന്മയരൂപൻ
സഹനത്തിന്റെ ചെന്തീക്കനലിൽ!

അയഞ്ഞ തന്ത്രികൾ വലിച്ചുകെട്ടി
പുതിയൊരു നാളിൻ മോചനഗീതം
പാടിനടന്നൊരു യുഗപ്രഭാവൻ
പിൻതുടരും നിൻ കാലടികൾ ഞാൻ

പിറന്ന നാടിൻ വെളിച്ചമായ് നീ
അലിഞ്ഞുചേർന്നൊരു ചുവന്ന മണ്ണിൽ
മുന്നേറും ഞാൻ കാലിടറാതെ
സുവർണ്ണഭാരത നിർമ്മിതിക്കായ്.

മരണമില്ലാത്ത വയലാർ

[1]കാർത്തികം വർഷാന്ത മേഘങ്ങൾ ചൂടിയും
ആർദ്രമാം നിന്നുടെയോർമ്മകൾ പേറിയും
നീ മറഞ്ഞെത്രയോ വത്സരമിപ്പുറം
വന്നു നിൽക്കുന്നിതെൻ കാവ്യപഥങ്ങളിൽ

രക്തപുഷ്പങ്ങളെ ചൂടിനിൽക്കുന്നൊരാ
രക്തം ചുവപ്പിച്ച വീഥിയിലൂടെന്നും
എല്ലിൻ കുഴലിനാൽ പാഞ്ചജന്യം വിളി-
ച്ചശ്വമേധങ്ങളതെത്ര നടത്തി നീ!

കാലത്തിൻ കൈനഖപ്പാടു പതിയാത്ത
കാവ്യങ്ങളില്ലെന്നു ചൊല്ലീ നിരന്തരം
വിപ്ലവമൂല്യങ്ങളോതിയുച്ചത്തിലായ്
വിശ്വം മുഴുക്കെ വിളംബരം ചെയ്തു നീ

പുത്തൻ സയൻസിന്റെ കഞ്ചുകം ചുറ്റിയും
മാനവസ്നേഹത്തിൻ ചിന്തുകൾ പാടിയും
കാവിയുടുപ്പിട്ടൊരാന്ധവിശ്വാസത്തിൻ
അന്ധകാരത്തിനെ വെല്ലുവിളിച്ചു നീ

സ്നേഹിച്ചതില്ല നീ, നോവുമാത്മാവിനെ-
സ്നേഹിച്ചിടാത്തൊരു തത്ത്വശാസ്ത്രത്തെയും
മാനിച്ചതില്ലനീ, മാനവമൂല്യങ്ങൾ-
മാനിച്ചിടാത്തൊരു നീതിശാസ്ത്രത്തെയും

തൂലികത്തുമ്പിനാൽ നീ വരച്ചെത്രയോ
സാമ്യമകന്ന മനോജ്ഞചിത്രങ്ങളാൽ
കോൾമയിൽ കൊള്ളുവതിന്നുമെൻ നാടിന്റെ
സാഹിതീസോപാന മണ്ഡപമാകെയും

മായില്ല നീ തീർത്ത സർഗ്ഗസംഗീതങ്ങൾ
മായില്ലയെന്റെ മലയാളഭൂമിയിൽ!
ഇല്ല മരണം നിനക്കെന്നു നിശ്ചയം
ഘോഷിച്ചിടുന്നെന്നും നിന്റെ വാഗർത്ഥങ്ങൾ!

കാർത്തികം - ശകവർഷത്തിലെ ഒരു മാസം
ഒക്ടോബറിന്റെ മാസത്തിന്റെ രണ്ടാംപകുതി
വർഷകാലത്തിന്റെ (തുലാവർഷം) അവസാനനാളുകൾ
ഒക്ടോബർ 27 വയലാർ രാമവർമ്മ ചരമദിനം

വഴിവിളക്ക്

അക്ഷരമാദ്യമായ് ചൊല്ലിപഠിപ്പിച്ചൊ-
രക്ഷയഖനിയായ് വിളങ്ങുന്ന ക്ഷേത്രം!
വിദ്യയാലായിരം ചന്ദ്രാർക്കതാരകൾ
നർത്തനം ചെയ്യുന്ന സോപാനവിസ്മയം!
ശാരികപ്പെതലാം തുഞ്ചന്റെ പൈങ്കിളി
കോൾമയിർകൊള്ളിച്ച മംഗളമണ്ഡപം!
വാഗർത്ഥമെന്നും കെടാവിളക്കായുള്ളിൽ
കാത്തുസൂക്ഷിച്ചൊരു ശാന്തിനികേതനം!!

ഭൂതകാലത്തിന്നടിത്തട്ടിലോർമ്മകൾ
മുത്തും പവിഴവും തേടിയ നാളുകൾ
കൊണ്ടുവന്നെത്തിച്ചു നിൻമടിത്തട്ടിലായ്
നിർവൃതികൊണ്ടുവോ ഹൃത്തിന്നകത്തടം!

പൊന്നിൻ മണൽത്തരി വാരിവിതറിയ
മായാപ്രപഞ്ചമാം നിന്നങ്കണത്തിലായ്
പൂജക്കെടുക്കുന്ന പൂക്കളാം പുസ്തകം
മാറോടടുക്കി ഞാൻ വന്നൊരാ വാസരം
സ്വീകരിച്ചെന്നെയിരുത്തി നിൻ മാറിലെ
വാത്സല്യപീയുഷമേറെ പകർന്നു നീ
അന്നു ഞാൻ വീണ്ടുമിളം പൈതലായി
അമ്മയായ് നീയെന്നെ വാരിപ്പുണരവേ...!

അന്നോളം കേൾക്കാത്തൊരക്ഷരമന്ത്രങ്ങ-
ളന്നെന്റെ കാതിലെ സങ്കീർത്തനങ്ങളായ്
അന്നു ഞാൻ കേട്ട കഥകളിലൊക്കെയും
കന്നിവെളിച്ചത്തിൻ വിൺമണി ചിന്തുകൾ!

വിജ്ഞാനസൂര്യാംശു പൊൻതിടമ്പേറ്റുന്ന
പൊന്നുഃഷസന്ധ്യതൻ ദേവാങ്കണത്തിലായ്

ആദിയുഗങ്ങളനാവൃതമാക്കി നീ
പാടിയ പല്ലവി നെഞ്ചേറ്റി നിന്നു ഞാൻ

ആദ്യത്തെ യാത്ര തുടങ്ങീടുമെന്നിലെ
കൊച്ചുസഞ്ചാരിക്കു തേരു തെളിച്ച നീ
വേർതിരിച്ചേകിയ നന്മകൾ തിന്മകൾ
വേറിട്ടകലുന്ന പാതയ്ക്കു വെട്ടമായ്

വത്സരമെത്രയോ പിന്നെക്കടന്നുപോയ്
നിന്നെപ്പിരിഞ്ഞൊരെന്നേകാന്ത വീഥിയിൽ
സംക്രമപ്പക്ഷികൾ നൂറ്റെടുക്കുന്നതാം
വെള്ളിനൂൽ പാവിട്ട സായാഹ്നവീഥിയിൽ
ഇല്ല നീയിന്നെന്റെ കൂടെ തിരിച്ചിനി
വന്നു വിളിക്കാനുമാകില്ല;യെങ്കിലും
നീയെനിക്കന്നു കൊളുത്തിയ കൈത്തിരി
നാളത്തിലല്ലോ നടക്കുന്നതിന്നും ഞാൻ!

കണ്ണീരിൻ കവിത

സപ്തപർണ്ണിക പൂക്കും വൃശ്ചിക-
സന്ധ്യകൾ വീണ്ടുമെത്തിയെൻ
ഹൃത്തിനുള്ളിൽ ഞാൻ കാത്തുസൂക്ഷിച്ചൊ-
രോർമ്മച്ചെപ്പുതുറന്ന;തിൽ
പോയവർഷസുഗന്ധയാമിനി
ലാസ്യമാർന്നൊരു വേദിയിൽ
നൂപുരങ്ങളഴിച്ചു നീരവം
പോയ്മറഞ്ഞ നിന്നോർമ്മകൾ

ശീതരാഗമരന്ദമേന്തിയ
മല്ലിക ചൂടി മത്സഖീ
ശ്യാമഹേമന്തരാവുകൾക്കെന്നും
മാലേയം ചാർത്തി നീ നിൽക്കെ
ചാരുതേ നിന്റെ നീലക്കൺകോണിൽ
കാലം തീർത്തൊരാ കാവ്യങ്ങൾ
ചൊല്ലി പഠിയ്ക്കേ, സ്നേഹപാശത്താ-
ലാത്മബന്ധിതർ നാമെന്നോ!?
തമ്മിലെത്ര പിണങ്ങി നിൽക്കിലും
തങ്ങളിൽ മൂകരാഗികൾ
രാവിൻ വശ്യസുഗന്ധമൊക്കെയും
ഒന്നായ് ചേർന്നു മുകർന്നവർ

ഇല്ല, നീയിന്നെൻ കൂടെ വന്നൊരു
സാന്ത്വനഗീതം മൂളുവാൻ
ഇല്ല നീയിന്നെന്നുണ്ണിക്കിടാവിൻ
ചുണ്ടിൽ മാധുര്യമേറ്റുവാൻ

അന്തിച്ചോപ്പു പടരും മാനസ-
ചക്രവാളത്തിൻ സീമയിൽ
നേത്രഗോചരമാകുകില്ലിനി
ഭാമിനി നിൻ കളേബരം

ഏകനാക്കി നീയെന്നെ ജീവിത-
നീർക്കയങ്ങളിൽത്താഴുവാൻ
ശാപനിർഭാഗ്യമേകും കാഠിന്യ
ഭാരങ്ങളൊറ്റക്കേറ്റുവാൻ

കോലം കെട്ടി നടപ്പതിന്നും ഞാൻ
കോടക്കാർ പൂക്കും വീഥിയിൽ
കൈപിടിച്ചെന്നും കൂടെ നിൽക്കുവാൻ
നമ്മളിൽ പൂത്ത സ്വപ്നങ്ങൾ.

വീണ്ടും ഒരോണം

അമ്മ ചോദിച്ചു നീ പൂകൊണ്ടു വന്നുവോ
നാളെയാണത്തം മറന്നുപോയോ?
അന്യന്റെ നാട്ടിലെ പൂക്കളെ വാങ്ങുവാൻ
അന്തിക്കു വീണ്ടുമാ പൂക്കടയിൽ
ചെത്തിയും ചേമന്തി മറ്റുനാനാവിധം
പൂക്കൾ നിരത്തിയ തട്ടുകളിൽ
കൗതുകം മുറ്റിയ കണ്ണുകൾ തെല്ലിട
ചേലുറ്റ പൂക്കളെ ലാളിച്ചുവോ!
പൊള്ളും വിലയിൽ നടുങ്ങുന്ന ചിന്തകൾ
തുമ്പമലരും തിരഞ്ഞുപോയോ?

കണ്ടില്ല, ഞാനെന്റെ ബാല്യകാലത്തിനെ
പൂവിളി കേൾപ്പിച്ച താഴ്വരകൾ
ശ്രാവണകന്യക തങ്കവിളക്കേന്തി
പാരം വിളങ്ങിയ പൂവനങ്ങൾ
സാഗരം തേടിയൊഴുകും പുഴകളെ
മാറോടണക്കുന്ന സൈകതങ്ങൾ
പഞ്ചവർണ്ണക്കിളി പച്ചക്കതിർകൊത്തി
പാറിപ്പറക്കും വയലേലകൾ
കണ്ടില്ല; ഞാനെന്റെ ധാത്രിക്കുടുക്കുവാ-
നാടകൾ നെയ്യും ഋതുക്കളെയും

ഇന്നെനിക്കേകുവാൻ പൂവുകളില്ലാതെ
സൗഭാഗ്യനന്ദിനീ കേണീടവേ
ഇന്നെനിക്കേകുവാൻ സ്വപ്നങ്ങളില്ലാതെ
ഞാറ്റുവേലക്കിളി കണ്ണടയ്ക്കേ
പുഞ്ചിരി തൂകി കുളുർമണം പൂശുന്ന
പൂക്കൈതക്കാട്ടിന്നരികിലൂടെ

കാക്കപ്പൂതേടിയലഞ്ഞൊരാ കാലത്തിൻ
പൂപ്പൊലി പാടുമൊരോർമ്മകളാൽ
ഒന്നൊരുവേള തുടിച്ചുവോ മാനസം
അന്നത്തെപ്പൂമഴച്ചാറ്റലേൽക്കാൻ
തുമ്പികൾ പാടും തൊടിയിലായാവണി-
ക്കാറ്റിന്റെ മർമ്മരമൊന്നു കേൾക്കാൻ.

മോക്ഷതരംഗിണി

സ്വസ്ഥത തേടും മനസ്സിലൊരായിര-
മസ്വസ്ഥ ചിന്തകൾ കത്തിജ്വലിക്കവേ,
മോഹം കൊളുത്തിയ സൗഭാഗ്യദീപങ്ങ-
ളെല്ലാമണച്ചാർത്തു കാലം ചിരിക്കവേ,
കാണാച്ചുഴികളിൽപ്പെട്ടു കിനാവുകൾ
ശ്വാസം മുറിഞ്ഞു പിടഞ്ഞു തളരവേ
വേദന മാറ്റുവാൻ നിൻ നെഞ്ചകത്തിന്റെ
വാത്സല്യം തേടി ഞാൻ വന്നു സൗപർണ്ണികേ.

നിൻ നൃത്തവേദിയാം കന്യാവനങ്ങളിൽ
ആട്ടവിളക്കുകൊളുത്തിവച്ചശ്വിനം[1]
ഏതോ പദം മൂളിനിന്നു യുഗങ്ങളെ
തൊട്ടിലിലാട്ടിയ മന്ദസമീരണൻ
ഈറൻ നിലാവിൻ കസവാട ചുറ്റിയ
ശാരദസന്ധ്യകൾ നിൻ കളിത്തോഴിമാർ
ആ തളിർകൈകളാലെന്നെ തലോടുമോ
ഇന്നെൻ വിഷാദങ്ങളെല്ലാമകറ്റുമോ?

ആദിയുമന്തവുമില്ലാത്ത ജീവിത-
ഭാഗ്യനിർഭാഗ്യത്തിൻ സാക്ഷ്യം വഹിക്കുവോർ
താരകപ്പൈതങ്ങൾ നിൻമടിത്തട്ടിൽ നി-
ന്നാദ്യത്തെയക്ഷരം നാവിൽക്കുറിക്കവേ,
പൊൻപട്ടുചാർത്തിയ മേഘങ്ങൾ ശങ്കര-
സൗന്ദര്യസ്തോത്രങ്ങൾ ചൊല്ലിക്കഴിക്കവേ
തീർത്ഥപ്രവാഹത്തിൽ നീന്തിത്തുടിക്കുന്ന
പൗർണ്ണമിപ്പൂമങ്ക പാലമൃതൂട്ടവേ
മഞ്ഞണിപൊൻതിരയ്ക്കുള്ളിൽ വിളങ്ങുമൊ-
രാ കമ്രസൗഭാഗ്യകന്ദളം കണ്ടു ഞാൻ

അജ്ഞാനനിദ്രയിലാളും മനസ്സിനെ
തൊട്ടുണർത്തീടുന്ന ജ്യോതിസ്വരൂപിണി
ഭദ്രേ... അനന്തമാമാകാശദീപ്തികൾ
ഉള്ളിൽ നിറച്ചു നീയേകി നിരങ്കുശം

വീണ്ടുമൊരുപുലർകാലം വരികയായ്
എന്നകതാരിലെ ശാരിക പാടവേ
ഭൂപാളരാഗസൗഭാഗ്യങ്ങൾ വീണ്ടുമെൻ
സംഗീതവേദിയിൽ താളം പകരവേ
ഭൂതകാലങ്ങൾക്കു തർപ്പണം ചെയ്യുവാൻ
ഭാവിതൻ വീഥിയിൽ മുൻപേ നടക്കുവാൻ
ഞാനൊന്നു മുങ്ങിക്കുളിക്കട്ടയോ ദേവീ
സൗപർണ്ണികേ നിന്റെ സ്നേഹാംശുധാരയിൽ.

1 അശ്വിനം - ഒരു ശകവർഷമാസം
നവരാത്രി ഉത്സവക്കാലം

മകനോട്

അച്ഛന്റെ വേദനയെന്തെന്നറിയുവാ-
നച്ഛനായീടണം നീ മകനേ
ഇന്നലെക്കേട്ടൊരെന്നച്ഛന്റെ വാക്കുക-
ളിന്നെന്റെ നാവിലൊരാവർത്തനം

അച്ഛന്റെ സന്തോഷ,മച്ഛന്റെ സന്താപ-
മച്ഛന്റെ വ്യർത്ഥപ്രതീക്ഷകളൊക്കെയും
ഓർത്തെടുക്കാനുള്ള നേരമാണിന്നുഞാ-
നച്ഛന്റെ വേഷവും കെട്ടിയാടീടവേ

അച്ഛൻ നിനച്ചപോലൊന്നുമാകാതെ ഞാ-
നച്ഛന്റെ സ്വപ്നങ്ങൾ തല്ലിത്തകർത്തി, യി-
ന്നച്ഛനായ് പാതകൾ താണ്ടുന്ന നേരത്തി-
ലച്ഛന്റെ കണ്ണുനീരുപ്പു നുകർന്നുവോ?

എത്രമേലാകുലമായതുണ്ടാകുമെ-
ന്നച്ഛന്റെ മാനസമെന്നറിയിക്കുവാ-
നച്ഛനായ് മാറ്റിയോ കാലം മധുര-
പ്രതികാരമെന്നോടു ചെയ്‌വതെന്നോ?

അച്ഛനോ കൂടെയില്ലാത്തൊരീ കാലത്തി-
ലച്ഛന്റെ സ്നേഹത്തിന്നാഴമറിഞ്ഞു ഞാൻ
നീയുമറിയുമാ സ്നേഹം മകനേ, നി-
ന്നച്ഛനോ കൂടെയില്ലാത്ത നാളിൽ

ആവർത്തനങ്ങളായ് ജീവിതം ഭൂമിയിൽ
തനിയാവർത്തനങ്ങളായ് തീരുമെന്നോ
ഓർക്കണം നമ്മൾതൻ വാക്കും പ്രവൃത്തിയും
നമ്മെ ദംശിക്കുന്ന സർപ്പമാകും!

കാല്യസ്മൃതികൾ

പണ്ടത്തെ കുണ്ടനിടവഴി താണ്ടി
പൊന്നാമ്പൽപ്പൂവണി പൊയ്ക നീന്തി
ഇല്ലിമുളകൾ കുടകൾ നിവർത്തിയ
നല്ലവഴിയിൽ നാമൊത്തുകൂടി
കൊച്ചു കുസൃതിതൻ ഭേരിയേന്തി,യൊരു-
കാറ്റിൻ കുതിപ്പിന്നാവേഗമോടെ
[1]അക്ഷമങ്ങൾ ചെറുചില്ലയിലെന്നപോ-
ലക്ഷമയോടെ കളിമ്പമാടി

കുഞ്ഞിളം പൂക്കളെ തൊട്ടുതലോടി
മഞ്ഞക്കിളിയോടു കിന്നരിച്ചു
പാദങ്ങളാലയക്കട്ടയുടച്ചു
പാടത്തിൽ കന്ദുകം തട്ടിയോടി
ചേമ്പിലതൻക്കുടക്കീഴിലായ് നിന്നു
ചീതൽമഴയുടെ ചൂരറിഞ്ഞു
വാഴത്തടിതൻ [2]തെരപ്പനിലേറി
ആഴങ്ങൾ തേടി തുഴതുഴഞ്ഞു
വാനം തൊടുന്ന മരത്തിലായേറി
ഞാന്നുകിടന്നൊരു വള്ളിയായി
അണ്ണാറക്കണ്ണനെ കൊഞ്ഞനം കുത്തി
പൂങ്കുയിൽപ്പാട്ടിന്നെതിരു പാടി

കൂട്ടരേയേറെയൗത്സുക്യമാർന്നങ്ങിനെ
ജീവിതപ്രാരാബ്ധമേശിടാതെ
നിർമ്മലചിത്തരായ് നിന്നൊരാകാലത്തി-
ന്നോർമ്മകൾക്കേതു സുമസുഗന്ധം!?

അന്നത്തെ കാല്യമഹിമകളിന്നിന്റെ
സായന്തനത്തിൽ നിറസഞ്ചയം!
വെള്ളിവിതാനിച്ച വീഥിയിലോ കുളുർ-
മഞ്ഞിൻ വിലോലവിരൽസ്പർശനം!

1. അക്ഷമം - ഒരുതരം ചെറിയ പക്ഷി
2. തെരപ്പൻ - മരത്തടികൾ കൊണ്ടോ വാഴത്തടികൾ കൊണ്ടോ കെട്ടിയുണ്ടാക്കുന്ന ചങ്ങാടം

ചാരത്തു നീ വന്നുവെങ്കിൽ

വേനലുരുക്കീടുമെന്നകക്കാമ്പിലെ
വേദനമാറ്റുന്ന സ്നേഹത്തരംഗിണി
ആതിരതോൽക്കും നിലാവുമായിന്നെന്റെ
ചാരത്തു നീ വന്നു നിന്നെങ്കിൽ സൗമ്യതേ

വിസ്മൃതിക്കുള്ളിലൊതുങ്ങാത്തൊരോർമ്മകൾ
ഭൂതകാലത്തിന്റെ കാണാക്കയങ്ങളിൽ
ഊളിയിട്ടെന്നും തിരയുന്നു ഭാമിനി
നീയെനിക്കേകിയ ചിപ്പിയിൽ മുത്തുകൾ

സ്വപ്നപരമ്പരാ വീചികളാലെന്റെ
മുഗ്ദ്ധസാനുക്കളിൽ നീ വന്ന നാൾ സഖീ,
മാറും ഋതുക്കളാൽ കാഹളമൂതുമെൻ
മായികാലോകമാം നർത്തനവേദിയിൽ
കാലദേശങ്ങൾക്കു മായ്ക്കുവാനാകാത്ത
താളവിന്യാസങ്ങളെന്നെയുണർത്തിയോ!
ജന്മാന്തരങ്ങളെ പുൽകി വന്നെത്തീടു-
മേതോ സുഗന്ധ സ്മൃതികൾ തഴുകിയോ!
രോമഹർഷങ്ങളെ വാരിപ്പുണർന്നുകൊ-
ണ്ടാലസ്യമോലുമൊരാത്മാനുഭൂതിയിൽ
സങ്കല്പസീമകൾക്കപ്പുറം പാടുന്ന
പൊൻമുളംതണ്ടിന്റെ സാന്ത്വനം കേട്ടുവോ!
കണ്ണാടച്ചോടിവന്നെത്തും വിഭാവരി
കൈകളിലേന്തുന്ന ചങ്ങലവട്ടയിൽ
പൊൻതിരിത്തുമ്പിൽ വിളങ്ങുന്ന ദീപ്തിയായ്
നല്ലനിലാവിനെ കൺകളിലേറ്റിയോ!
എന്തെന്തു സ്വപ്നങ്ങ,ളെന്തു പ്രതീക്ഷകൾ

ജീവന്നിടംവശം നീ വന്നു ചേരുമോ!?
എന്നും മനസ്സിന്റെ ജാലകക്കാഴ്ചയിൽ
നിൻമുഖസൗഭഗം കാണാൻ കൊതിപ്പു ഞാൻ

കന്യാകുമാരി

പാതക്കിരുവശവും താമരക്കുളങ്ങളും
കാലം കവിത കൊത്തുമുത്തുംഗശൃംഗങ്ങളും
മകരക്കൊയ്ത്തു കഴിഞ്ഞീറനുടുത്തു നിൽക്കും
പാടത്തിലുതിർമണി ചികയും കിളികളും

വാഹനം കിതച്ചുകൊണ്ടോടിത്തളർന്നു, മെല്ലെ
നിന്നു കന്യകവാഴും മൂന്നലക്കടൽത്തീരേ
ഒടുവിൽ ഞാനുമെത്തി ദേവി നിൻമുഖാംബുജം
ദർശിക്കാൻ മനസ്സിന്റെ കാലുഷ്യമകറ്റുവാൻ

മുഷിഞ്ഞ ഭാണ്ഡക്കെട്ടും പേറി ഞാനലസമായ്
നടക്കെ കൂടെയാരോ ശംഖുമാലയുമേന്തി
ഓർമ്മയിലോമൽസഖി മാലയ്ക്കു കൊഞ്ചുന്നുവോ
മാലയൊന്നെന്റെ കൈയിൽ കിലുങ്ങിച്ചിരിച്ചെത്തി!

പോക്കുവെയിലിന്നുടയാട ഞൊറിഞ്ഞുടുത്ത
പശ്ചിമാംബരം നീളെ നിറങ്ങൾ ചാലിക്കവേ
സൗന്ദര്യപൂജ ചെയ്യും മിഴികൾ മഞ്ജുതര-
ദൃശ്യങ്ങളൊപ്പുവാനായിമകൾ തുറന്നിട്ടു!

പാദങ്ങൾ ദേഹത്തിന്റെയൂന്നുവടികളായി
കൊണ്ടുവന്നെത്തിച്ചോരീ സൗന്ദര്യപ്രപഞ്ചത്തിൽ
ചിപ്പികൾ ശംഖുകളും പവിഴപ്പുറ്റുകളും
നിരത്തിവെച്ച തെരുവോരങ്ങൾ ജനസാന്ദ്രം!

അകലെ ചക്രവാളം ചുവന്ന സായംസന്ധ്യ
അലിയാൻ വെമ്പുമബ്ധിച്ചുഴിയിൽ സൂര്യഗോളം!
അരികെ കടൽത്തീരം മിന്നുന്ന മണൽത്തരി
കൈമാടി വിളിക്കുന്നു മടങ്ങും തിരമാല!

അഴകിൻ കടൽമദ്ധ്യേയുയർന്ന പാറക്കെട്ടിൽ
സ്മൃതികൾ പൂക്കും കല്പതരുവോ ശതാബ്ദങ്ങൾ!
പോയ യുഗങ്ങളുടെ സഞ്ചിതസംസ്കൃതികൾ
കോരിയകമണ്ഡലു മനസ്സാം യോഗദണ്ഡും
[1]ആരൊരാളീയുലകം കാൽച്ചോട്ടിലാക്കി നിർത്തി
നിർവിഘ്നമൊഴുകിയ വാക്കലമാലകളാൽ
ആ പ്രതിഭക്കു തപഃസ്ഥാനമാമിരിപ്പിടം
വന്ദിപ്പൂ തിരകളും ചിപ്പിയും മുത്തും ചാർത്തി

ഉഷഃസന്ധ്യകൾ പൊന്നും കുളിരും വാരിത്തൂകും
വാത്സല്യഭാവമാർന്ന കന്യകേ നിന്റെ തീരം
ഇവിടെയീതീരത്തിൽ [2]പ്രകൃതിസ്നേഹിയൊരാൾ
ആർദ്രചിത്തനായ് സ്വയം മറന്നു പാടിപ്പോയി
നിറയും നിലാവിന്റെ ഗന്ധർവ്വലോകം തന്നി-
ലേകാന്തനായി സ്വയം തിരഞ്ഞു നടന്നുപോയ്

നീയെത്ര ധന്യ! കന്യാദേവികേ സൗന്ദര്യത്തിൻ
മൂന്നലക്കടലിന്റെ തീരത്തിൽ വാഴുവോളേ...
കാണുവാനെത്തുമെന്നും പഥികർ നിന്നെത്തേടി
സ്നിഗ്ദ്ധമാം സാന്ത്വനത്തിന്നിളന്നീർ കുടിക്കുവാൻ
ഓർമ്മതൻ ചിപ്പിക്കുള്ളിൽ മുത്തുകളായെന്നേക്കും
കൈമോശം വന്നീടാതെ കാത്തുസൂക്ഷിച്ചിടുവാൻ.

1. സ്വാമി വിവേകാനന്ദൻ
2. പി. കുഞ്ഞിരാമൻനായർ

പ്രകൃതിയുടെ അമ്മയ്ക്ക്...

മുത്തായ് പൊഴിയും മഴത്തുള്ളിയേറ്റെന്നും
ചക്രവാളത്തിൻ ചുവട്ടിലായ് നിന്നു നീ!
നന്മകൾ പൂക്കുമരയാൽ മരത്തിന്റെ
ഛായയിൽ സ്വർഗ്ഗവിശുദ്ധിയായ് നിന്നു നീ!
അന്തിവെയിലിന്റെ രാഗപരാഗങ്ങൾ
തൻമലർചുണ്ടിലെ ഹാസമായ് തീർത്തു നീ!
പാരിലെയൂഷരവേദിയിലൊക്കെയും
വാസന്തദേവിതൻ ലാസ്യം കൊതിച്ചു നീ!

ഓളമനങ്ങാത്തൊരാഴമറിയാത്ത
നീലവിശാലത നെഞ്ചിൽ നിറച്ചുനീ!
ചൂഴും കരിമേഘവേലിപ്പടർപ്പിലെ
പൂനിലാപ്പൂക്കൾക്കുണർത്തുപാട്ടായി നീ!

കൃഷ്ണാഷ്ടമിക്കെന്നും പൂക്കളിറുത്തുനീ
കൃഷ്ണന്റെ രാധയായ് നൊന്തുവിളിച്ചുനീ
മറ്റൊരു രാധയായ് വൃന്ദാവനത്തിന്റെ
ശ്യാമമനോജ്ഞത പാരിൽ കൊതിച്ചു നീ!

തീ വീണകുന്നും പിടയും തരുക്കളും
മണ്ണിൻ മുറിഞ്ഞ ഞരമ്പിലെച്ചോരയും
കണ്ടു കണ്ടാത്മാവിൽ ഗദ്ഗദം വിങ്ങവേ
അശ്രുബിന്ദുക്കളതഗ്നിയായി മാറ്റി നീ
ഒറ്റയ്ക്കു പോരാടിയെന്നും തളരാതെ
സംഗ്രാമവേദിയിൽ ദീപം തെളിച്ചു നീ

പൂമണമില്ലാത്ത വീഥിയിലൊക്കെയും
പൂമണമേകുന്ന കാവ്യപുഷ്പങ്ങളെ

പൂന്തേൻ കൊതിക്കും ശലഭസ്വപ്നങ്ങൾക്കു
പൂന്തേൻ പകരുന്ന കാവ്യപുഷ്പങ്ങളെ
എത്ര വിടർത്തിയതേകി നീ കൈരളീ-
ദേവിതന്നുദ്യാന ഗാനോത്സവങ്ങളിൽ!

എത്രമേൽ ദീർഘമതാകിലും പാതക-
ളെത്ര കഠിനമതാകിലുമാതപം
ഉൾക്കുളിരേകിടും ഹൃത്തടമാകെയും
ആ സ്വരരാജിതൻ കാറ്റുതലോടവേ!

നന്ദിയുണ്ടമ്മേ നീ കാത്തുസൂക്ഷിച്ച
മണ്ണിൻമണമുള്ള മന്ദസമീരനും
ഈറ്റുനോവേറ്റു നീ പെറ്റുവളർത്തിയ
സ്നേഹക്കനിയേറ്റും കാവ്യവൃക്ഷത്തിനും.

സുഗതകുമാരി ടീച്ചറുടെ ഓർമ്മകൾക്കു മുൻപിൽ ആദരപൂർവ്വം

ഞാൻ

ഞാനൊരു നല്ല മനുഷ്യനല്ലെങ്കിലും
നല്ല കാര്യങ്ങൾ ഞാൻ ചെയ്‌വതില്ലെങ്കിലും
അന്യന്റെ തിന്മകൾ കാണുന്ന നേരത്തി-
ലെന്നുള്ളിലഗ്നിയായ് രോഷം ജ്വലിച്ചിടും!

നീതിക്കുവേണ്ടി മുറവിളി കൂട്ടിലും
നീതികേടൊക്കെയെന്നുള്ളിലായ് ചേർത്ത ഞാൻ
വൈരുദ്ധ്യചിന്തതൻ സ്വർണ്ണപാത്രത്തിനാൽ
കള്ളത്തരങ്ങളടച്ചു വച്ചീടുവോൻ!

ജാതിമതങ്ങൾക്കതീതനെന്നോതിലും
ജാതിയെ വാൽപോലെ പേരിലും ചേർത്ത ഞാൻ
അന്ധവിശ്വാസത്തെ തള്ളിപ്പറയിലും
അന്തിക്കു ചാത്തനു സേവനടത്തുവോൻ!

ഞാൻ തന്നെ മാനവൻ ഞാൻ തന്നെ മാനവൻ
മാനവികതക്കു ഭാഷ്യം ചമച്ചവൻ
കാലത്തിനൊപ്പിച്ചു കോലങ്ങൾ കെട്ടുവാൻ
എന്നെ കഴിഞ്ഞുള്ളീ ലോകത്തിലേവരും!

*** *** ***

പേമാരി നിർത്താതെയാർത്തലച്ചീടവേ
കുഞ്ഞുവെയിലിൻ കുട തേടുമെൻ മനം
സൂര്യതാപം കൊണ്ടു ക്ലേശമേൽക്കുമ്പോഴോ
മാരിയെ തേടുന്ന വേഴാമ്പലായിടും!

മാമരം കോച്ചും തണുപ്പിന്നിരവിലോ
ചൂടുള്ളൊരാശ്ലേഷഗന്ധം കൊതിച്ച ഞാൻ
ഗ്രീഷ്മ നിശ്വാസങ്ങൾ പുൽകിടും തല്പത്തിൽ
സ്നേഹത്തിന്നൂഷ്മള സ്പർശം വെറുത്തിടും

ഞാൻ തന്നെ മാനവൻ ഞാൻ തന്നെ മാനവൻ
മാനവികതയ്ക്ക് ഭാഷ്യം ചമച്ചവൻ
കാലത്തിന്നൊപ്പിച്ചു കോലങ്ങൾ മാറ്റുവാൻ
എന്നേക്കഴിഞ്ഞുള്ളീ ലോകത്തിലേവരും!

അനുബന്ധം:

ഇന്നലെ ചൊല്ലിയ വാക്കുകളൊക്കെയും
ഇന്നു ഞാൻ മാറ്റി പറഞ്ഞീടുമെങ്കിലും
വാക്കുകൾക്കൊക്കെ വിലയുള്ള ധീരൻ ഞാൻ
നാട്ടിൽ ചിലരൊക്കെ ചൊൽവതിന്നിങ്ങനെ!

ഗാന്ധിജിയുടെ ചിരി

ഗാന്ധിജയന്തിയാണിന്നു, തെരുവിലെ
ചില്ലിട്ട കൂട്ടിലായ് നിൽക്കുന്നു ഗാന്ധി
രഘുപതിരാഘവ ഗീതങ്ങൾ പാടുവാൻ
ശുഭ്രവസ്ത്രധാരികൾ കൂടെ നിൽക്കുന്നു

ഇന്നലെ ഞാൻ മദ്യഷാപ്പിലൊരു പൈന്റ്
വാങ്ങുവാനേകിയ നോട്ടിലെ ഗാന്ധിജി
എന്നെയും നോക്കിച്ചിരിച്ചതുപോലെ
പുഞ്ചിരിക്കുന്നുവോ ചില്ലുകൂട്ടിൽ!

തന്നെതിർചിന്തയെ കത്തിക്കു തീർത്തവൻ
നീതിവ്യവസ്ഥകൾ തട്ടിത്തകർത്തവൻ
ഇളമുറനേതാവൊരുജ്ജ്വല ശബ്ദാഢ്യൻ
കത്തിക്കയറുമഹിംസാപ്രഭാഷണം!

പ്രച്ഛന്നവേഷവും കെട്ടിനിൽക്കുന്നുവോ
കാപട്യമേതുമില്ലാത്ത കുഞ്ഞുങ്ങളും
കെട്ടിച്ചവരോ തന്നയലത്തുപോലും
ഗാന്ധിക്കിടം കൊടുത്തീടാത്ത ഗാന്ധിയർ

ഗാന്ധി ചിരിക്കുന്നു ചില്ലുകൂട്ടിൽ നി-
ന്നാത്മപുച്ഛത്തിന്റെ പുഞ്ചിരിയോ!?

തങ്ങൾതന്നാശയ പ്രാചുര്യമേറ്റുവാൻ
ഗാന്ധിയെ പങ്കിട്ടെടുക്കുന്നവർ ചിലർ
കട്ടിലിനൊപ്പിച്ചും ഗാന്ധിയെ വെട്ടുവാൻ
കട്ടിലും കത്തിയും കൊണ്ടു ചിലരും

ഗാന്ധി ചിരിക്കുന്നതപ്പോഴുമെപ്പഴും
പാവം! ആരോ വരച്ചൊരു ചിത്രമല്ലേ!!

നളന്ദേ... ഉണരുക

നിതരാമുറക്കത്തിൽ നിന്നെന്നുണരും നളന്ദേ നീ
വിശ്വവിജ്ഞാനത്തിൻ വിളക്കേന്തും ഖഗമേ!?
ശതാബ്ദങ്ങൾ തന്നുലയിൽ കാലം രാകിമിനുക്കിയ
ഹിരൺമയദ്യുതി ചാർത്തും നിലാതിങ്കളേ!

പടിഞ്ഞാറുറങ്ങുമ്പോളുണർന്നിരുന്നോരറിവിന്റെ
വാതായനമർത്ഥിക്കഗ്രേ തുറന്നുവച്ചു!
ആദിവേദശാസ്ത്രങ്ങളുമിതിഹാസ ശില്പങ്ങളും
കൊക്കിന്നുള്ളിലൊതുക്കി നീ വിരാജിതയായ്!

കരുത്തുറ്റ ചിറകുകൾക്കുള്ളിലായിട്ടടവച്ചു
വിരിയിച്ചു വിളക്കിയ തത്ത്വബോധങ്ങൾ
അക്ഷയമാം പാത്രത്തിലെയക്ഷരമാം നിവേദ്യമായ്
അരുമയോടെന്നുമെന്നും വിളമ്പി നൽകി!

ഇരുളല നീക്കിയെത്തുമുഷസ്സിന്റെ തെളിമപോൽ
അനുപദം വിളങ്ങിയ പ്രഭാമണ്ഡലം!
അജ്ഞാനമാം കാനനത്തിലലഞ്ഞൊരു ജനതതി
അദ്വീതീയ നികേതനം വലംവച്ചുവോ!?

ഇടിമിന്നൽ കണ്ണുപൊത്തിക്കളിക്കുന്ന താരാംബരം
അനവദ്യതേജസ്സെന്നും നമിച്ചു നിന്നോ!?
അളവറ്റ രത്നങ്ങളെയുള്ളിൽപ്പേറുമുദരധി
അകലത്തുനിന്നു നിനക്കടിപണിഞ്ഞോ!?

*** *** ***

ഏതേതശ്വമേധങ്ങൾ തൻ കുളമ്പടിയേറ്റു വീണു
യുഗാന്തരസംസ്കൃതിതൻ സുവർണ്ണധ്വജം!
ഏതുദൃപ്തപ്രതാപത്തിൻ തിമിരാഗ്നി ചാമ്പലാക്കി
കിഴക്കിന്റെയഖണ്ഡമാം ഈടുവെപ്പുകൾ?

ഇനിയുമുണരുകില്ലേ നളന്ദേ നീ നവയുഗ-
സ്വപ്നങ്ങളെ ചിറകേറ്റി പറന്നുയരാൻ!?
അനന്തമാം വിഹായസ്സിലനുസ്യൂതം നിറയുമൊ-
രഭൗമമാം തേജസ്സിനെ കൺകളിലേറ്റാൻ!?

ഭാരതീയ പൈതൃകങ്ങളുടെ ചരിത്രാവശേഷിപ്പുകളിലൂടെ എന്നിലെ വായനക്കാരൻ സഞ്ചരിച്ചപ്പോൾ ഏറ്റവും വേദനയുളവാക്കിയ കാഴ്ചകളിലൊന്നായിരുന്നു നളന്ദ. വിശ്വവിജ്ഞാനത്തിന്റെ ഉറവിടങ്ങളായ, നളന്ദയിലെ ഗ്രന്ഥപ്പുരകൾ AD 1206 മുതൽ 1210 വരെ ഡൽഹി ഭരിച്ചിരുന്ന കുത്തബുദ്ദീൻ ഐബക്കിന്റെ കുതിരപ്പടയാളികളുടെ നേതാവായിരുന്ന ബഖ്തിയാർ ഖിൽജി കത്തിച്ചുചാമ്പലാക്കി. ആ ഒരു കാഴ്ചയുടെ വേദന. അതാണീക്കവിതയ്ക്കാധാരം.

കിറ്റിയുടെ കണ്ണീർ

ആൻ... നിന്റെയോർമ്മക്കുറിപ്പുതൻ താളിലെ
കണ്ണീരുണങ്ങാത്ത കൈയക്ഷരങ്ങളെൻ
ഹൃത്തിന്നഗാധതലങ്ങളിൽ തീർക്കുന്നി-
തെന്തു വിഷാദചുടുനെടുവീർപ്പുകൾ

സ്നേഹം മരീചികയായ മരുഭൂവിൽ
കാരുണ്യദീപം തെളിയാത്തവേളകൾ
പിന്നെയും പിന്നെയും വായനതേടും നിൻ
വാക്കുകൾ പൊള്ളുന്ന തീത്തൈലമെന്നപോൽ

കണ്ണീർത്തിരശ്ശീല നീർത്തിവയ്ക്കുന്നുവോ
'കിറ്റി' തൻ താളുകൾക്കുള്ളിൽ പരതവേ
അക്ഷരംപേറും ദുരന്തങ്ങളാഗ്നേയ-
ജ്വാലയായെന്നുമെരിക്കുമോ ഹൃത്തടം?

ആരൊരാൾ ദൃപ്തപ്രതാപത്തിൻ ഹുങ്കുമായ്
ചോരക്കളങ്ങളായ് മാറ്റിയ നാടുകൾ
ആരൊരാൾ തൻ മതഭ്രാന്തിനാൽ ജന്മങ്ങൾ
തീരാദുരിതത്തിലാഴ്ത്തിയ നാളുകൾ

തൻചുടുരക്തത്തിൽ തൂലിക മുക്കി നീ-
യന്നുവരച്ചോരാ വാങ്ങ്മയചിത്രങ്ങൾ
കാൺകവേ വായന നിന്നുപോയ് തെല്ലിട
അക്ഷരം മാഞ്ഞതോ കണ്ണീർ മറച്ചതോ!?

ശാന്തി പുലരുവാൻ യുദ്ധം നടത്തുമൊ-
രന്ധകാരത്തിന്നധികാര ഗർവ്വിനാൽ,
തങ്ങളിൽ മാത്സര്യം കൊള്ളുന്ന രാഷ്ട്രീയ-
തത്ത്വശാസ്ത്രത്തിന്റെ മൂല്യച്യുതികളാൽ

മാനവമൂല്യങ്ങളെല്ലാം തകരവേ
സത്യധർമ്മങ്ങളോ മണ്ണിടിഞ്ഞീടവേ,
നീതിന്യായങ്ങൾ തുലാസിലളക്കുന്ന
ന്യായാസനങ്ങളും കണ്ണടച്ചീടവേ

എങ്ങും കബന്ധങ്ങൾ വീഴുന്ന സംഗ്രാമ-
ഭൂവിന്റെ ദൈന്യതമുന്നിൽ തെളിയുമ്പോൾ
ആൻ... നിന്റെയക്ഷരക്കൂട്ടുകൾ പിന്നെയും
ആത്മാവിൽ കോറി വരക്കുന്ന ചിന്തകൾ
കാലങ്ങൾക്കപ്പുറം ദേശങ്ങൾക്കപ്പുറം
കാലാതിവർത്തിയാം കാവ്യമനശ്വരം
സ്നേഹ,മതൊന്നെ നിലയ്ക്കാത്ത ജീവിത-
നാടകവേദിതന്നീടുറ്റ വിസ്മയം!

കിറ്റി: രണ്ടാം ലോകമഹായുദ്ധക്കാലത്ത് സാധാരണക്കാർ അനുഭവിച്ച യാതനകളെ ഏറ്റവും ഹൃദയസ്പർശിയായി അവതരിപ്പിച്ചത് ആൻഫ്രാങ്ക് എന്ന യഹൂദബാലികയുടെ 'കിറ്റി' എന്നു പേരിടപ്പെട്ട ഒരു ഡയറിയിലെ കുറിപ്പുകളായിരുന്നു.

ജർമ്മൻ ഏകാധിപതി അഡോൾഫ് ഹിറ്റ്ലറെ ഭയന്ന് ഒരു ഒളിത്താവളത്തിൽ താമസിച്ച 1942ൽ മുതൽ 1944 വരെയുള്ള കാലഘട്ടത്തിൽ താൻ അറിഞ്ഞതും അനുഭവിച്ചതുമായ കാര്യങ്ങൾ ആൻ തന്റെ ഡയറിയിൽ കുറിച്ചുവച്ചു. നാസി ക്രൂരതകൾ കാരണം നിരപരാധികളായ യഹൂദരും യുദ്ധം കാരണം സാധാരണക്കാരും അനുഭവിച്ച യാതനകൾ ഈ ഡയറിക്കുറിപ്പുകളിലൂടെ കണ്ണോടിച്ചാൽ നമുക്കു കാണാം. 1945ൽ ഹിറ്റ്ലറുടെ കോൺസൻട്രേഷൻ ക്യാംപിൽ വച്ച് ടൈഫസ് രോഗം പിടിപെട്ട് ആൻഫ്രാങ്ക് അന്തരിച്ചു.

ഓണക്കിനാവ്

ഓണം വരികയായ് ഫ്ളാറ്റിലെ ഭിത്തിക്കുമേൽ
തൂങ്ങുന്ന മലയാളകലണ്ടർ ചൂണ്ടിക്കാട്ടി
ആർദ്രമെൻ മനം തേങ്ങി, ഈ മണലാരണ്യത്തിൽ
ആശ്വാസമേകുവാനായ് പൊന്നോണമെത്തില്ലല്ലോ

ചിന്തകൾ ഗൃഹാതുരച്ചിത്രങ്ങളായെന്നുള്ളിൽ
നിറഞ്ഞു തിരകൾപ്പോലിളകിത്തെറിക്കവേ
ഓർമ്മകൾ, കെടാദീപം തെളിച്ചു ഗതകാല-
വീഥികൾ തോറും മയിൽപ്പീലികൾ തിരയവേ

കൂട്ടരോടൊപ്പം ചേർന്നു പൂവണിക്കുന്നും കേറി
തുമ്പപ്പൂ, മുക്കൂറ്റിപ്പൂ പൂക്കുട നിറച്ചനാൾ!
പൂപ്പൊലിപ്പാട്ടുമൂളും പുവാലൻ തുമ്പിക്കൊപ്പം
പൂത്തുമ്പിപ്പെണ്ണും ഞാനുമാലോലമാടിയ നാൾ!
പുലർച്ചെ കോടിമുണ്ടുമുടുത്തു, നടുമുറ്റം
പൂക്കളമാക്കി,ഓണത്തപ്പനെ തിരഞ്ഞനാൾ!
ഓണവിളക്കു കത്തിച്ചോണം വരുത്തിയ നാൾ!
ഓണവില്ലടിപ്പാട്ടിൻ മാധുര്യം നുകർന്ന നാൾ!

ഒഴുകീയനുസ്യൂതം കാലമാം പുഴയെന്നും
ഒഴുകിപ്പോയി കൂടെ സമസ്തൈശ്വര്യങ്ങളും
കൊടുത്തു വാരിക്കോരി ചോദിച്ചോർക്കെല്ലാമച്ഛൻ
പൈതൃകമായിപ്പോന്ന സ്ഥാവരജംഗമങ്ങൾ
ഒടുവിൽ ബാക്കിപത്രം ദ്രവിച്ചു വീഴാൻ നിൽക്കും
പടിപ്പുരയും നാലുകെട്ടും സമസ്യപോലെ

ദാരിദ്ര്യം നടമാടിത്തിമിർത്ത ശോകാർദ്രമാം
നാളുകളഹസ്യമാമേഴു ജീവിതങ്ങളും
ആശിച്ച പെൺകിടാവുമകലേക്കകന്നുപോയ്.
നിശ്ശബ്ദം തേങ്ങലിന്നാൽ യാത്രാമൊഴിയും ചൊല്ലി

പെങ്ങളിലിളയവളടിയക്കിടാത്തെന്റെ
കൂടെയിറങ്ങിപ്പോയി ദൈന്യതനോക്കി നിന്നു.
മച്ചിന്മേൽ തൂങ്ങിനിന്നു ഒരുനാൾ മൂത്ത പെങ്ങൾ
ഗർഭമായിരുന്നത്രേ, ഓപ്പോളിന്നാരോ ചൊല്ലി.

ജപ്തിക്കു വന്നൊരുനാൾ വീടിനും കടമത്രേ
അന്തിമസ്വപ്നങ്ങളും ജപ്തിക്കു വിധേയമായ്
ഒന്നുമില്ലാത്തോരായി ശൂന്യത മാത്രം മുൻപിൽ
ഒടുവിലടിയാന്റെ കുടിലിലഭയവും

നഷ്ടപ്രതാപത്തിന്റെ സ്മൃതികൾ ചികഞ്ഞുകൊ-
ണ്ടിരുണ്ട വഴികളിൽ ജീവിതം കറങ്ങവേ
സ്നേഹത്തിൻ പേരിലൊരു സ്നേഹിതൻ ഭിക്ഷയായി
തന്നൊരക്ഷയപാത്രം മരുവിലമൃതേകി.
ഓണം വരികയായി നാട്ടിലൊന്നെത്തിച്ചേരാൻ
മാനസം കൊതിക്കുന്നു ചേതന വിലക്കുന്നു.
ഇനിയുമോണം വരും ജീവിതം പച്ചയായി
കിടപ്പൂ മുൻപിലിന്നും ആഗ്രഹം മറക്കട്ടെ.

*പണ്ടെങ്ങോ വാമൊഴിയായികേട്ട ഒരു സംഭവകഥ

നിന്നെക്കുറിച്ച് വീണ്ടും

ബാല്യകാലം കളിച്ചാർക്കും തൊടിയിലെ സായാഹ്നത്തിൽ
തോഴീ നീയെൻ സ്വന്തമാണെന്നാരോ മൊഴിഞ്ഞു
കാലത്തിന്റെ കുത്തൊഴുക്കിൽ പൂത്തുലഞ്ഞ യൗവ്വനത്താൽ
മോഹത്തിന്റെ പൂപ്പൊലിക തന്നു നീ വീണ്ടും
അരിമുല്ല ചിലമ്പിട്ടൊരഴകിന്റെ താഴ്വരയിൽ
നിന്നെക്കാണാനായി മാത്രം വന്നു ഞാൻ നിന്നു
മനസ്സിന്റെ തളിർതൊത്തിൽ കലികയായ് കാത്തുവച്ചു
വിശുദ്ധിയായ് സുഗന്ധമായ് മാറിലണിയാൻ
പകൽസ്വപ്നം കണ്ടുനിത്യം നീയും ഞാനുമൊരുമിക്കും
ഒരു നല്ല ദിനത്തിന്റെ വർണ്ണരാജികൾ
നിന്റെയോർമ്മ നീറ്റിനീറ്റിയെന്റെയുള്ളിൽ തീർത്തതെന്നു-
മണയാതെ ജ്വലിക്കുന്ന ചെങ്കനൽച്ചൂള!
അറിഞ്ഞില്ലെൻ മനസ്സിനെയറിയാതെ നടിച്ചുവോ
തേടിനിന്നോ നിന്റെ പ്രായം നിറപ്പൊലിമ?
രൗദ്രഭാവമണിഞ്ഞുവോ കാലമെന്റെ ജീവിതത്തിൽ
വഴിമാഞ്ഞുപോയോ ചുറ്റും ചേറ്റുപാടങ്ങൾ.
കാണാമോരോ പച്ചക്കൊടി വിശ്വാസത്തിൻ തെളിദീപം
എന്റെയുള്ളിലൊരുവണ്ടി കുതിച്ചുപാഞ്ഞു!

ഒരു പച്ചക്കൊടിയിൽ വിശ്വാസമർപ്പിച്ച് പായുന്ന തീവണ്ടി പോലെ ഓരോ ജീവിതവും

കൂട്ടുകാർ

ഒരു യാത്രാമൊഴി ചൊല്ലിപ്പിരിയുവാനായിമാത്ര-
മൊരു മലർവനികയിൽ വന്നു നാം ചേർന്നു
ചിരിച്ചെത്തും പുലരിതൻ ചിലമ്പിന്റെ കളരവം
ഇടനെഞ്ചിലേറ്റി സ്വയം മറന്നുനിന്നു.

കുയിൽപാടും താഴ്‌വരയിലെതിർപ്പാട്ടു പാടി നമ്മൾ
പുഴയുടെ പുളിനത്തിൽ പുളകമാർന്നു
രാവുകളോ കഥനെയ്യും വേദിയാക്കി മാറ്റി നമ്മൾ
അണയാത്ത സ്നേഹദീപം തിരിതെളിച്ചു
ഒരു മാത്ര വെറുക്കാതെ പരസ്പരം കലഹിച്ചും
കളിച്ചും ചിരിച്ചും നമ്മൾ കനവു നെയ്തു.

ഒരുമിച്ചു പങ്കുവച്ച ദിനങ്ങളോ നിമിഷങ്ങ-
ളെന്നപോലെ ശരവേഗം കടന്നുപോകെ
ഒരു വാക്കുമോർത്തതില്ല പിരിയുമ്പോൾ ചൊല്ലുവാനായ്
പിരിയുമെന്നൊരുവേള നിനച്ചതില്ല.
പിരിയേണമെന്നറിവിൻ നിയതിക്കു മുൻപിലിന്നു
ഇടറും പദമോടെ നാം പകച്ചുനിൽപ്പൂ.

ജയ് ജവാൻ

ഞങ്ങൾക്കുറങ്ങുവാൻ കാവലായ് നിൽക്കുവോർ
ഞങ്ങൾക്കുണർവ്വിൻ പുലരി വിടർത്തുവോർ
ഞങ്ങൾക്കു സ്വാതന്ത്ര്യ സ്വപ്നങ്ങളേകുവോർ
നിങ്ങളെൻ നാടിന്റെ ധീരരാം കാവലർ

കത്തും വെയിലിലിലുമസ്ഥികൾ പൂക്കുന്ന
മഞ്ഞിലും, ആസുരമാകും മഴയിലും
കണ്ണടച്ചീടാതെ കാലിടറാതെയുൾ-
ക്കണ്ണിലായ് തീപ്പന്തമേറ്റി നിൽക്കുന്നവർ.

കാരിരുമ്പിൻ കരുത്തുറ്റ കരങ്ങളാൽ
കാറ്റുലക്കാത്ത മനസ്സൈഥര്യശക്തിയാൽ
നിങ്ങളെൻ നാടിനെ ലോകപഥങ്ങളിൽ
തീർത്തുമജയ്യമായ് മാറ്റുന്ന സോദരർ

എത്രമേൽ യുദ്ധക്കളങ്ങളിൽ കൂട്ടുകാർ
മൃത്യുവെ പുൽകുന്ന വേദന കാൺകിലും
എത്രപേരാജന്മമംഗഭംഗത്തിന്റെ
ദൈന്യച്ചിത്രങ്ങളായ് മാറിയതോർക്കിലും
പിന്തിരിഞ്ഞീടാതെ മുൻപോട്ടു നീങ്ങുവോർ
സ്നേഹപതാകയും ചേർത്തു പിടിക്കുവോർ
നിങ്ങളെൻ നാടിന്റെ നേരവകാശികൾ
ഞങ്ങൾതൻ ജീവിത ഭാഗധേയങ്ങളും.

ഓർമ്മയിൽ ഒരു വിഷു

പൊൻകണിക്കൊന്നകൾ മുറ്റത്തു പൂവിട്ട
മേടമാസത്തിലെ പൊൻപുലരി
കൈനീട്ടമുണ്ണിയായ് വാങ്ങിച്ച കാലമെ-
ന്നോർമ്മയിലോടി വന്നെത്തി വീണ്ടും

വേനൽക്കിനാവിന്റെ മാകന്ദശാഖിയിൽ
തേൻകനി കണ്ടു നടന്ന നാളിൽ.
മന്ദസമീരണൻ മെല്ലുയുലാവവേ
പൂത്തിരി കത്തിച്ച മാനസങ്ങൾ

ഓരോ ചെടിയിലും പൂക്കാലമെന്നോതി
വന്നു ചുംബിച്ച ചെറുകിളികൾ
ആനന്ദഭൈരവി രാഗത്തിലായിരം
കീർത്തനം മൂളിയ കോകിലങ്ങൾ.

എല്ലാം മറഞ്ഞുപോയ് കാലപ്രവാഹത്തി-
ലെല്ലാമകന്നുപോയെത്രവേഗം
ഓർമ്മകൾക്കുള്ളിലായ് മാത്ര,മിന്നാ ഗത-
കാലമൊരുക്കിയ പൂക്കണികൾ.

ഹരിതഗീതം

ആയിരം പഥികർക്കു തണലൊരുക്കാൻ
നൂറായിരം കിളികൾക്കു കൂടൊരുക്കാൻ
ആലോലം കാറ്റിന്നു മണമൊരുക്കാൻ
ആനന്ദ വാസന്ത ഋതുവൊരുക്കാൻ

ആടിക്കു മേഘക്കറുപ്പൊരുക്കാൻ
അഴിക്കളവറ്റ നീരൊരുക്കാൻ
ആണിപ്പുലരിക്കു പൂവൊരുക്കാൻ
ആതിരകന്യക്കു കുളിരൊരുക്കാൻ

അമ്പിളിക്കെന്നും നിലാവൊരുക്കാൻ
അമ്മഴവില്ലിനും ചിറകൊരുക്കാൻ
ഇനിയും നടാം നമുക്കത്രമേൽ തൈകൾ
ഈ ഭൂമിയിൽ ജീവസ്പന്ദമൊരുക്കാൻ.

മൂകാംബികാദർശനം

അറിവിന്റെ അഗ്നിമന്ത്രങ്ങൾ പകർന്നെന്റെ
അകതാരിലെന്നും വാണരുളും ദേവി
അനന്തരത്നപ്രഭാമണ്ഡിതമാം നിന്റെ
അനവദ്യതേജസ്സിൻ തിരുനടയിൽ
ഒരു കുഞ്ഞുനെയ്ത്തിരി നാളമായലിയാം ഞാ-
നൊരു പുനർജന്മത്തിലക്ഷരമാകുവാൻ

കുടജമാമലയുടെ താഴ്‌വര പോറ്റുന്ന
കന്യാവന രമ്യനർത്തനവേദിയിൽ
സൗപർണ്ണികയാം മണിനൂപുരം ചാർത്തി
ആട്ടവിളക്കുകൊളുത്തും വിനോദിനി
അനുഗ്രഹിച്ചീടുകെന്നമ്മേ.. നീ നിന്റെ
ആനന്ദനർത്തന സൗഭാഗ്യദീപ്തിയാൽ

മായാപ്രപഞ്ചത്തിലാടും മനസ്സിന്റെ
കാലുഷ്യം മാറ്റും പ്രണവപ്രകാശിതേ
രാഗസ്വരൂപ വിപഞ്ചികാ വാദിനി
നാദവസന്തമൊരുക്കും സരസ്വതി
അനുഗ്രഹിച്ചീടുകെന്നമ്മേ.. നീ നിന്റെ
അനിതരമാധുര്യസംഗീത വീചിയാൽ

ആദിയുമന്തവുമില്ലാത്ത പാതയിൽ
പാഥേയമായമൃതേകും നിരാമയി
ചിദഗ്നികുണ്ഡസംഭൂത സിദ്ധേശ്വരി
ചിത്തിൽ നിലാവായ് നിറയും പ്രഭാമയി
അനുഗ്രഹിച്ചീടുകെന്നമ്മേ.. നീ നിന്റെ
അനുപമകാരുണ്യകടാക്ഷപുഷ്പങ്ങളാൽ

[1]കമ്മട്ടം ചൊല്ലിയതെന്തിനാണ്?

അക്കരക്കാവിലെയുത്സവം കൂടുവാൻ
അന്തിക്കു ഞാനന്നു വന്നപ്പോൾ
കണ്ണിണ കൊണ്ടെന്റെ കണ്ണേൽ കൊളുത്തിട്ട്
കമ്മട്ടം ചൊല്ലിയതെന്തിനാണ്?

അച്ഛനെക്കാത്തുഞാ,നമ്മയെ കാത്തു ഞാൻ
താഴെ തൊടിയിലായ് നിന്നപ്പോൾ
ചുണ്ടൊന്നു കൂർപ്പിച്ച് ചൂളം വിളിച്ചിട്ട്
കമ്മട്ടം ചൊല്ലിയതെന്തിനാണ്?

കാവിന്റെ മുറ്റത്ത് കനലാട്ടം കണ്ടു ഞാൻ
നെഞ്ചത്തു കൈവച്ചു നിന്നപ്പോൾ
കാണാതെ വന്നെന്റെ കണ്ണുകൾ പൊത്തീട്ട്
കമ്മട്ടം ചൊല്ലിയതെന്തിനാണ്?

കൂട്ടത്തിലുള്ളൊരു പെണ്ണുങ്ങളൊക്കെയും
[2]താലമെടുക്കുവാൻ പോയപ്പോൾ
കുപ്പിവളകളെൻ കൈകളിലിട്ടിട്ട്
കമ്മട്ടം ചൊല്ലിയതെന്തിനാണ്?

തെയ്യം തിറകൊണ്ടു പേടിപിടിച്ചു ഞാൻ
ആലിൻ തറയിലിരിക്കുമ്പോൾ
കൂടെയിരുന്നെന്നെ കൂട്ടിപ്പിടിച്ചിട്ട്
കമ്മട്ടം ചൊല്ലിയതെന്തിനാണ്?

പാടത്തിനറ്റത്തെ കൈതമറവിൽ ഞാൻ
ആരാരും കാണാതെ വന്നപ്പോൾ
കെട്ടിപ്പിടിച്ചെന്റെ കാതിൽക്കടിച്ചിട്ട്
കമ്മട്ടം ചൊല്ലിയതെന്തിനാണ്?

രാവേറെ ചെല്ലുന്ന നേരത്തു പൂക്കൈത
വാസന പൂങ്കാറ്റു വീശുമ്പോൾ
ചുണ്ടിലെ തേൻകണം നുള്ളിയെടുത്തിട്ട്
കമ്മട്ടം ചൊല്ലിയതെന്തിനാണ്?

1. നേരമ്പോക്ക്
2. താലപ്പൊലിയെടുക്കുവാൻ വേണ്ടി

അന്യരായ് തീർന്നു നാം

അന്യരായ് തീർന്നു നാം ജീവിതപ്പാതയിൽ, ചിര-
മന്യരായ് തീർന്നു നാം തങ്ങളിൽ തന്നെയും
നമ്മളിനിയില്ല നീയും ഞാനുമായ്
കൈവഴികൾ മാറിപ്പിരിഞ്ഞകന്നു.

നീയെന്ന മിഥ്യയെ സത്യമെന്നോർത്തു ഞാൻ
ജീവിതപ്പാതകൾ താണ്ടി നിത്യം
നീയെന്നും കൂടെയുണ്ടാകുമെന്നോർത്തെത്ര
ശ്യാമഹേമന്തങ്ങൾ കാത്തു വ്യർത്ഥം

ഒരുമിച്ചു നാം നെയ്ത സ്വപ്നങ്ങൾ തൻപൂക്കൾ
മുള്ളുകളായിന്നെൻ കരൾ പിളർന്നു
അന്നത്തെ തേൻമഴ ചാറ്റലിൻ കുളിരൊരു
തീയലയായ് നെഞ്ചിൽ ചിതയൊരുക്കി

നിന്നിലേക്കെത്തുവാനില്ല കഴിയില്ല
നീയൊരുസ്വപ്ന മരാളമെന്നോ!
നിൻമണിത്തൂവൽ തലോടലേൽക്കാതിനി
എന്റെ മോഹങ്ങളോ നിദ്രപൂകും

ഓണഗന്ധം

പൊന്നോണനാളുമായ്
വന്നെത്തീ വീണ്ടുമെൻ
മുറ്റത്തൊരോമന ചിങ്ങമാസം
മുക്കൂറ്റി ചേമന്തി തുമ്പയും തെച്ചിയും
പൂക്കളം തീർക്കുന്ന ചിങ്ങമാസം!

നീളെ വരമ്പിനെ തൊട്ടുതലോടുന്ന
നാണം കുണുങ്ങികൾ കാക്കപ്പൂക്കൾ!
ആവണിപ്പൊയ്കയിലീറനുടുത്തെന്നും
പാൽനുര ചിന്തുന്ന നെയ്തലാമ്പൽ!

കാലത്തെണീക്കുമ്പോൾ മേലെത്തൊടിതാണ്ടി-
യെത്തും പുലരോണ കാറ്റിൻ ഗന്ധം!
പൂമുഖമുറ്റത്തു പൂത്തുവിടരുന്ന
ഗ്രാമവിശുദ്ധിതൻ പൊൻവസന്തം!

ലിനി ഒരോർമ്മ

നേർത്തൊരു വിങ്ങലായ് നീയെന്നകതാരിൽ
നിറയുന്നു നൈർമല്യം ഗംഗേ...
നീലനിലാവിന്റെ നാട്ടിലേക്കായ് യാത്ര-
ചൊല്ലിപ്പിരിഞ്ഞ സുഭദ്രേ...

പൂകൊഴിഞ്ഞേപോയി, ഉണ്ണിക്കിടാവിനെ
താരാട്ടുപാടാൻ കഴിഞ്ഞിടാതെ
പിച്ചവച്ചുണ്ണി വളർന്നിടുമ്പോൾ - ദൂരെ-
നക്ഷത്രലോകത്തു നീ ചിരിക്കും

ദുഃഖിതർക്കായ് സ്വയമുരുകിയെരിഞ്ഞ നിൻ
നിഷ്കാമജീവിത വഴിയിലൂടെ
ഞാനലയുമ്പോഴെൻ നൊമ്പരമാകെയും
നിനക്കുള്ളതാം ധന്യവാദമാകും.

നിപ വൈറസിന്റെ രക്തസാക്ഷി ലിനിയും അമ്മയെ നഷ്ടപ്പെട്ട ഒരു കുഞ്ഞുമോനും മനസ്സിലെ ഒരു തീരാനൊമ്പരമായപ്പോൾ അറിയാതെ എഴുതിപ്പോയ വരികൾ

എന്റെ സ്വർഗ്ഗം

മഞ്ഞിൻ ചിറകുള്ള മലകളുണ്ടിവിടെ
മൗനം പുതയ്ക്കുന്ന താഴ്വരകളിവിടെ
മന്ദ്രമായ് മൂളും മുളങ്കാടുമിവിടെ
ചില്ലാട്ടമാടുന്ന പൂങ്കാറ്റുമിവിടെ
തിരയും പുഴയും പുളിനവുമിവിടെ
മലരും മധുവും മധുപനുമിവിടെ

മഴയും വെയിലും വാർമഴവില്ലും
വാഴ്വിന്റെയൂർജ്ജവും കാടും കടലും
കൊഞ്ചൽച്ചിലമ്പിട്ടൊരരുവികളും
മധുരമായ് പാടും കിളികുലവും
രാവിൻ തലോടലായ് പൊഴിയും നിലാവും
നെഞ്ചിന്നുള്ളിലായ് തുള്ളി തുളുമ്പും കിനാവും
സ്നേഹമായ്, സ്നേഹപ്രവാഹമായ് നീയും
നിന്നോർമ്മകൾ തിരിവച്ച കുങ്കുമസന്ധ്യയും
ഇവിടെയാണിവിടെയാണീ നല്ല കാഴ്ചകൾ
ഇവിടെയാണിവിടെയാണിവിടെമാത്രം!
ഇതുതന്നെ സ്വർഗ്ഗം ഇതുതന്നെ സ്വർഗ്ഗം
ഇതുതന്നെ സ്നേഹം വിളയും കേദാരം!
ആകാശമേലാപ്പിനപ്പുറമെവിടെയും
ഇതുപോലെയഴകെഴും സ്വർഗ്ഗമില്ല!
ഇതുപോലെ സുഖമെഴും സ്വർഗ്ഗമില്ല!
അതുതന്നെ പരമമാംസത്യം
അതുതന്നെ പരമമാംസത്യം.

നിലയ്ക്കാത്ത ഗാനം

താഴ്‌വരയിൽ മനോരമ്യ വനികളിൽ
നീയലഞ്ഞെന്നും നിൻ പുൽക്കുഴൽ തണ്ടുമായ്
പാടി പകർന്നെത്ര ശ്രോതാഭിരാമമായ്
ഭാവാർദ്രമാം നിത്യ വിസ്മയ ഗീതികൾ!

എന്നിളം കൈകളിൽ നിന്നിന്ദ്രജാലത്താ-
ലെത്ര സൗഭാഗ്യ സമ്മാനങ്ങളേകി നീ!
അക്ഷയമാം നിന്റെ പുല്ലാങ്കുഴലിനാൽ
എന്നാത്മഹർഷങ്ങളൂതിത്തെളിച്ചു നീ!

സീമകളില്ലാത്ത സ്നേഹപ്രപഞ്ചത്തി
ലാനന്ദഗീതമായ് നീ നിറഞ്ഞെപ്പോഴും!
എത്ര യുഗങ്ങൾ കഴിഞ്ഞിനി പോകിലും
ആ സ്വരരാഗപ്രവാഹം നിലയ്ക്കില്ല!

ഭാഗം രണ്ട്

ഗാനാഞ്ജലി

തുഞ്ചന്റെ പാട്ടുപാടും

തുഞ്ചന്റെ പാട്ടുപാടും കിളിമകളേ..
തുയിലുണർത്താനെത്തുമെന്നും കളമൊഴിയേ...
മലയാളനാടിന്റെ, മാവേലിനാടിന്റെ
മധുരഗാനമഞ്ജരിയും കൊണ്ടുവായോ, നീ-
മലയാളിപ്പെണ്ണിനെപ്പോലൊരുങ്ങിവായോ...

അമ്പത്തൊന്നക്ഷരക്കതിർക്കുല കൊണ്ടുവായോ
അമ്പാടിപ്പാട്ടിലെഴും കുഴൽനാദം കൊണ്ടുവായോ
കുഞ്ചന്റെ തരംഗിണി താളത്തിനൊത്തുചേർന്നു
തുള്ളൽക്കഥ പാടി നൃത്തമാടിവായോ, നീ-
കാൽച്ചിലമ്പും കിലുക്കിക്കൊണ്ടോടിവായോ...

കുട്ടനാടൻപുഞ്ചയുടെ താളമേളം കൊണ്ടുവായോ
തേക്കുപാട്ടിൻ തേൻചോരും തിരുമധുരം കൊണ്ടുവായോ
വള്ളത്തോൾ കവിതകൾ തൻ വെള്ളിനിലാ കസവണിയും
വെള്ളാമ്പൽപ്പൂവുകളും കൊണ്ടുവായോ, നീ-
ഗ്രാമീണവരഭംഗികൾ കൊണ്ടുവായോ...

സുഖം പകരുന്ന യാത്ര

സുഖം പകരുന്നൊരു യാത്ര
സുരക്ഷിതമാം ശുഭയാത്ര
കേരളനാടിന്റെ വീഥികൾ തോറും
ഖേദമില്ലാതുള്ള യാത്ര
ഈ യാത്രയിൽ കരുതലുണ്ടാകും
ഈ യാത്രയെന്നും കുളിരുനൽകും

ഓർമ്മയിൽ വച്ചെന്നുമോമനിക്കാൻ
ഓമൽക്കിനാവുപോൽ താലോലിക്കാൻ
പകരമില്ലാത്തൊരു യാത്ര
പ്രിയതരമാമനുയാത്ര
കേരളനാടിന്റെ നാഡിമിടിപ്പുകൾ
തൊട്ടറിയുന്നൊരു യാത്ര
ഈ യാത്രയിൽ കരുതലുണ്ടാകും
ഈ യാത്രയെന്നും സുഗന്ധമേകും

ഇരപകൽഭേദമില്ലാതെയെന്നും
ഇതളിടും ജീവിതക്കളിയരങ്ങിൽ
തിരി തെളിയിക്കുന്ന യാത്ര
തിരതല്ലും സംഗീതതീർത്ഥയാത്ര
കേരളനാടിന്റെ പൈതൃകമൂല്യങ്ങൾ
ഓർമ്മപ്പെടുത്തുന്ന യാത്ര
ഈ യാത്രയിൽ കരുതലുണ്ടാകും
ഈ യാത്രയെന്നു മധുരമേകും.

(കെ.എസ്.ആർ.ടി.സി.യിലെ ഒരു യാത്രാനുഭവം)

ദേശഭക്തിഗാനം

കേരളമെന്നൊരു വീട്ടിലല്ലോ
ഞാൻ പിറന്നതു ലോകമേ...
ഭാരതമെന്നൊരു നാട്ടിലല്ലോ
ഞാൻ വളർന്നതു ലോകമേ...

സ്നേഹത്തിന്റെ തിരികൾ തെറുത്തു
വിളക്കു കൊളുത്തിയ നാടല്ലോ
ലോകം മുഴുവൻ സൗഖ്യം പകരാൻ
പ്രാർത്ഥന ചൊല്ലിയ നാടല്ലോ
എന്റെ നാടേ ഞാനഭിമാനം കൊള്ളുന്നു നിന്നിൽ
പാറട്ടെ നിൻ മൂവർണ്ണക്കൊടി
വാനിൽ വർണ്ണപ്പൂപോലെ

ദേശസ്നേഹം നെഞ്ചിലേറ്റിയ
അഭിമാനികളുടെ നാടല്ലോ
ത്യാഗത്താലവർ ജന്മം നൽകിയ
സ്വർഗ്ഗം തോൽക്കും നാടല്ലോ
എന്റെ നാടേ നിന്നിൽ സ്നേഹം പൂക്കട്ടെ നിത്യം
പൊഴിയട്ടെ നിൻ സ്നേഹപ്പൂമഴ
ലോകത്തിൻ മരുഭൂമികളിൽ

ഒരു നവകേരളവനിയിൽ

ഒരു നവകേരളവനിയിൽ വിടർന്ന
ഗാനമലരുകൾ ഞങ്ങൾ
നിരുപമ വീണാതന്ത്രിയുണർത്തിയ
സർഗ്ഗനിനാദം ഞങ്ങൾ
ഞങ്ങളിതാ വരുന്നു ഞങ്ങളിതാ വരുന്നു
ഇരവുകൾ പകലുകളാക്കി മാറ്റും
കലയുടെ സോപാനത്തിൽ
ദേവകലയുടെ സോപാനത്തിൽ

ഏതൊരു വേദനയും മറക്കാൻ
എല്ലാം മറന്നു നിൽക്കാൻ
സംഗീതത്തിൻ മാസ്മരമന്ത്രം
ചൊല്ലിവരുന്നു ഞങ്ങൾ
ഞങ്ങളിതാ വരുന്നു ഞങ്ങളിതാ വരുന്നു
ഇരവുകൾ പകലുകളാക്കി മാറ്റും
കലയുടെ സോപാനത്തിൽ
ദേവകലയുടെ സോപാനത്തിൽ

സ്നേഹം പൊലിഞ്ഞ വീഥികളിൽ
സ്നേഹഗീതിക പാടുവാൻ
കാലം നൽകിയ കാഹളമൂതി
ഭേരി മുഴക്കി വരുന്നു
ഞങ്ങളിതാ വരുന്നു ഞങ്ങളിതാ വരുന്നു
ഇരവുകൾ പകലുകളാക്കി മാറ്റും
കലയുടെ സോപാനത്തിൽ
ദേവകലയുടെ സോപാനത്തിൽ

പ്രവാസിയുടെ ഗാനം

ജനിച്ചൊരാ വീടും വളർന്നൊരാ നാടും
മനസ്സിന്നുള്ളിൽ വർണ്ണക്കനവുകൾ
പകർന്നു നൽകുന്നു
ഈ പുകയും വേനൽക്കാട്ടിന്നുള്ളിൽ
ഓർമ്മകൾ പിടയുന്നു.

പണ്ടൊരു പാട്ടിൻ തേക്കു പാട്ടിൻ
തേൻ ചുരന്നൊരു നാട്
കൊയ്ത്തരിവാളാം ചിലമ്പു കിലുങ്ങിയ
വയലേലകളുടെ നാട്
ആതിരപൂക്കും നാട് പൊന്നാവണി പൂക്കും നാട്
എന്റെ നാട് കേരള നാട് കേരം തിങ്ങും നാട്

വിപ്ലവവീര്യം നെഞ്ചിലേറ്റിയ
തൊഴിലാളികളുടെ നാട്.
തോക്കിനും ലാത്തിക്കും തോൽക്കാത്ത പ്രത്യയ-
ശാസ്ത്രമുയർന്നൊരു നാട്
പേരാറൊഴുകും നാട് പെരിയാറൊഴുകും നാട്
എന്റെ നാട് കേരളനാട് സമത്വസുന്ദരനാട്.

എന്റെ മലയാളമേ

കിങ്ങിണി പൊൻമണി ചിലമ്പുകെട്ടി
പുഞ്ചിരിതൂകി തെളിഞ്ഞു നിൽക്കും
മംഗളദീപികേ മലയാളമേ നീ
അങ്കണത്തിൽ വന്നു നൃത്തമാടി
എന്നങ്കണത്തിൽ വന്നു നൃത്തമാടീ.

പുലരൊളി കാണാത്തൊരേകാന്തതയിൽ
പുളകത്തിൻ പൂവുകൾ നീ വിടർത്തി
വിദ്യുത്പ്രവാഹമായജ്ഞാന നിദ്രയിൽ
അക്ഷരക്കാഹളമൂതിനിന്നു
മലയാളമേ.. എന്റെ മലയാളമേ..
കൊഞ്ചിക്കുണുങ്ങുന്ന സ്വരരാഗമേ!

നിഷ്പന്ദമാമെൻ ഹൃദന്തത്തിലാകെയും
നിറമുള്ള ഭാവന നീയൊരുക്കി
തൂമന്ദഹാസത്താൽ സിരകളിലായെന്നും
കാവ്യരസാമൃതം പകർന്നുനിന്നു
മലയാളമേ.. എന്റെ മലയാളമേ...
തുള്ളിത്തുളുമ്പുന്ന മധുപാത്രമേ...!

ഓണപ്പാട്ട്

ഗായകൻ: തുള്ളിവരും പുലരോണക്കാറ്റിനെന്തു സുഗന്ധം
ആറ്റുവക്കിൽ പൂത്ത കൈതപ്പൂവിൻ നറുസുഗന്ധം
പൂപറിക്കാൻ പോരുമോ ചിങ്ങമാസപ്പെണ്ണേ നീ
പാട്ടുപാടാൻ പോരുമോ നല്ലോണ പൈങ്കിളീ...

ഗായിക: ഒന്നാനാം മതിലകത്തൊരായിരം പൂക്കളുണ്ട്
മാനത്തെ മതിലകത്തോ കാന്താരിപ്പൂക്കളുണ്ട്
പൂപറിക്കാൻ പോരാം പൂവട്ട നിറക്കാം
പൊന്നോണപ്പാട്ടുകൾ താളമിട്ടു പാടാം.

ഗായകൻ: മന്ദാരക്കാടുചുറ്റിപ്പാറിവരും കൊച്ചുതുമ്പീ
നാടോടി ചിന്തുകൾ മൂളിവരും കൊച്ചുതുമ്പീ
പൂവൊത്തിരിത്തായോ പൂക്കളം തീർക്കാൻ
പൊന്നോണപ്പുലരിയെ വരവേറ്റുപാടാം.

പനിമതിതൻ

പനിമതിതൻ കുളിരകന്നു
തിരുവാതിരയും പടികടന്നു
തിരികെവരാതെയകന്നുപോയോ
നീർമിഴിക്കുള്ളിലെ താരകങ്ങൾ?

ഇനിയെന്നു വരുമൊരു പൂക്കാലം
നിൻ ചിരിക്കൊഞ്ചലിൻ മാമ്പൂക്കാലം
വരില്ലെന്നു ചൊല്ലുന്ന ചേതനക്കപ്പുറം
വിരഹത്തിൻ വേദന കാത്തിരിപ്പൂ

ഈറക്കുഴലൂതി വന്ന സ്വപ്നങ്ങളേ..
യാത്രാമൊഴിയൊന്നും ചൊല്ലിയില്ലല്ലോ
ഇനിയെന്റെ ജീവിത വീഥികളിൽ നിങ്ങൾ
ഒരു പൂപോലും വിടർത്തില്ലെന്നോ?

രാവിന്റെ മൂന്നാംയാമത്തിലാരോ

രാവിന്റെ മൂന്നാംയാമത്തിലാരോ
പാടിയ ഹിന്ദോള നാദബ്രഹ്മത്തിൽ
പ്രണയവസന്തം മനസ്സിൽ വിടർത്തിയ
ഗതകാല സ്വപ്നങ്ങളോർത്തുപോയി
ഞാനോർത്തുപോയി.

അനുഭൂതി പൂവിട്ട കേളീനികുഞ്ജത്തിൽ
തിരിച്ചണയാതെയകന്ന നാളിൽ
കണ്ടതാണാമുഖ,മോർമ്മയിൽ മായാതെ
സംവത്സരങ്ങൾ കടന്നുപോയി!

വിരഹ,മനന്തമാമംബരം തന്നിൽ
അലയുന്ന വന്ധ്യമേഘങ്ങൾ പോലെ
വ്യർത്ഥമായിന്നും തപസ്സിരിക്കുന്നുവോ
വേഴാമ്പലാം മൂകമോഹങ്ങളും!

വീണുടഞ്ഞൊരു മൺവീണയിൽ

വീണുടഞ്ഞൊരു മൺവീണയിൽ
രാഗം തേടുമെൻ ഹൃദയമേ..
ആരെ വീണ്ടും കാത്തിരിപ്പു നീ
ആർദ്ര ഹേമന്ത വേളയിൽ

നിറയും നിഴലുകൾ തൊടികളിൽ
തിരശ്ശീല തീർക്കും രാവുകൾ
ഒഴിഞ്ഞ മനസ്സിൽ ഓർത്തു വയ്ക്കാൻ
എവിടെ സ്വപ്നങ്ങൾ?

കൊഴിഞ്ഞ പൂവുകൾ വഴികളിൽ
മൃതശയ്യ തീർക്കും നോവുകൾ
അണഞ്ഞ മിഴിയിൽ കാത്തുവയ്ക്കാൻ
എവിടെ വർണ്ണങ്ങൾ?

പൊരിയുന്ന വേനലായ്

പൊരിയുന്ന വേനലായ് ചൈത്രമാസം
സൂര്യനെരിയുന്ന ചൂളയായ് നീലവാനം
കരിയുമെൻ മനസ്സിന്നകക്കാമ്പിലെവിടെയോ
ഒരു മഞ്ഞപ്പൂവുണ്ടോ ചിരിക്കാൻ
ഒരു കണിപ്പൂവുണ്ടോ ചിരിക്കാൻ

രാമഗിരിയുടെ താഴ്‌വരകൾ
ഒരേകാന്തകാമുകന്റെ നൊമ്പരങ്ങൾ
എവിടെ മറഞ്ഞുപോയ് മണിമേഘം
അലയും മിഴിക്കടൽ തേടുന്നു
പ്രിയയെപ്പിരിഞ്ഞു പിടയും മനസ്സിൻ
ദൂതും കൊണ്ടു പോ...

ചായം പുരട്ടിയ സായന്തനം
വിടവാങ്ങുന്ന പകലിന്റെ ഗദ്ഗദമായി
അകലെത്തെളിഞ്ഞൊരാ പൂന്തിങ്കൾ
പകരും പദങ്ങളോ ശോകാർദ്രം
അലിവിൻ സ്വരങ്ങൾ കേൾക്കാൻ കൊതിക്കും
ഇന്നെന്നുള്ളിലായ്.

പ്രിയതരസങ്കല്പചിറകേറി...

പ്രിയതരസങ്കല്പ ചിറകേറി വീണ്ടുമാ-
കഴിഞ്ഞകാലത്തേക്കൊന്നു പോകാം
പ്രണയത്തിൻ തീക്ഷ്ണമാം ഗന്ധം പരത്തിയ
കൗമാരതീരത്തേക്കൊന്നു പോകാം.

മഴയൊരു സംഗീതമായെന്നെ പുൽകിയ
അനുഭൂതി പൂവിട്ടൊരാനന്ദതീരമേ
ഇന്നെനിക്കന്യമാം നിൻ തീരഭൂമിയിൽ
ഇടറിനടക്കുകയാണെന്റെ ചിന്തകൾ

പുഴയുടെയോളത്തിൻ ഗദ്ഗദംപേറും
ആശകൾ മരവിച്ച നൊമ്പരതീരമേ
പെയ്തുതോരാത്തൊരു മഴയായെന്നും
പൊതിയുകയാണു നിന്നോർമ്മകളെന്നെ.

നാദവൈഖരിയിൽ

നാദവൈഖരിയിൽ പ്രപഞ്ചമുണർന്നു
അരയാലിലകളും തുയിലുണർന്നു
പ്രകൃതിതൻ വീണയിലെ നിർമ്മല സംഗീതം
പ്രണവമന്ത്രമായ് തഴുകിനിന്നു!

വേദസ്വരൂപമാമഗ്നിരഥത്തിൽ
അഭിരാമമൂർത്തിയാമാദിത്യനുണർന്നു
ഹിരൺമയകിരണങ്ങൾ പകുത്തുനല്കി
കാമിനിയെ പുണർന്നു, സ്വന്തം-
വസുന്ധരയെപ്പുണർന്നു!

ശ്രീദമയൂഖങ്ങൾ ചാർത്തുമുഷസ്സിന്റെ
നർത്തന സോപാന മണ്ഡപത്തിൽ
മധുമയ താലങ്ങൾ കൈകളിലേന്തി
പ്രിയനായ് നൃത്തമാടി - മേദിനി
തൻപ്രിയനായ് നൃത്തമാടി!

ഒരു കോവിഡുകാലഗാനം

ഉണരുവിൻ തോഴരേ.. എഴുന്നേൽക്കുവിൻ
ഈ ലോകഗോളത്തെ ചൂഴും മഹാവ്യാധി-
ക്കെതിരെ പൊരുതുവാൻ സജ്ജരാകുവിൻ

നമ്മെ നാം സൂക്ഷിക്കുക അന്യരെ രക്ഷിക്കുക
അഭിശപ്തനാളിതിന്റെ സന്ദേശം
മനുഷ്യനെന്ന വാക്കിന്നർത്ഥം മറക്കരുതേ
കാലം കൊളുത്തിയ ദീപമല്ലോ നാം!

അരുതരുതേ തളരരുതേ ഈ കർമ്മഭൂമിയിൽ
പിന്തിരിയരുതേ യുദ്ധഭൂവിൽ
അന്തിമവിജയം നമുക്കുതന്നെ
ശാസ്ത്രം വളർത്തിയ ശക്തിയല്ലോ നാം!

വാക പൂത്ത വഴിയിൽ

ഗായകൻ: വാകപൂത്ത വഴിയിൽ പൂവാകപൂത്ത വഴിയിൽ
ഓർമ്മകൾ, നിന്നോർമ്മകൾ വർണ്ണമയിൽപ്പീലി
യാൽ
നിൻ ഇന്ദ്രനീല മിഴികളിൽ കവിതകളെഴുതി
ഗായിക: വാകപൂത്ത വഴിയിൽപ്പൂവാകപൂത്ത വഴിയിൽ
ഓർമ്മകളെന്നോർമ്മകൾ വർണ്ണചിത്രശലഭമായ്
രാഗവാനവീഥികളിൽ പാറിയുയർന്നു.
ഗായകൻ: സ്വപ്നമണ്ഡപങ്ങളിലെ പുഷ്യരാഗകല്പടവിൽ
ലജ്ജാവിവശയായ് നീയിരുന്നു
അന്നു നീയിരുന്നു!
ഗായിക: അന്നുകണ്ട കിനാക്കൾതൻ ചെമ്പനിനീർപ്പുവു
കൾ
ഇന്നുമെന്റെ ചിന്തകൾക്കു സുഗന്ധമേകി!
ഗായകൻ: ചന്ദ്രോത്സവവേളകളിൽ വെള്ളിനിലാപ്പുടവ ചുറ്റി
എന്റെ മോഹവനികയിൽ നീ നിറഞ്ഞു
അന്നു നീ നിറഞ്ഞു!
ഗായിക: അന്നറിഞ്ഞ ചുംബനത്തിൻ കിനിയും തേൻ
തുള്ളികൾ
ഇന്നുമെന്റെ ചുണ്ടുകൾക്കു മധുരമേകി!

കുറിഞ്ഞി പൂത്ത കാട്ടിലൂടെ

ഗായകൻ: കുറിഞ്ഞിപൂത്ത കാട്ടിലൂടെ കുളിരുതിരും
കാറ്റു തൂകി
ഒരുങ്ങിവന്നവളേ... എന്നെ തിരഞ്ഞുവന്നവളേ
എന്റെ മനസ്സിനുള്ളിൽ നിനക്കു നല്ലൊരു
പളുങ്കുകൊട്ടാരം ഞാൻ പണിതുവച്ചല്ലോ.

ഗായിക: കുറിഞ്ഞിപൂത്ത കാട്ടിലൂടെ കുളിരുതിരും
കാറ്റു തൂകി
അരികിൽ വന്നവനേ.. യെന്നിൽ നിറഞ്ഞു
നിന്നവനേ
എന്റെ മനസ്സിനുള്ളിൽ നിനക്കുവേണ്ടി മാത്രം
മധുവസന്തങ്ങൾ ഞാൻ കാത്തുവച്ചല്ലോ.

ഗായകൻ: പൂത്തുനിൽക്കും [1]ചെമ്പകങ്ങൾ മന്ദഹാസമേറ്റു
വെന്നാൽ!
നീയഴകേ നിൻചിരിയാൽ വിരിയിപ്പൂയെന്റെയു
ള്ളിൽ
ഒരുകോടി ജന്മത്തിൻ ചെമ്പകങ്ങൾ!

ഗായിക: മന്ദഹാസ വീചികളാൽ തിരിതെളിയും
മഞ്ജരികൾ
എൻ പ്രിയനേ നിൻമിഴിയാൽ വിരിയിപ്പൂയെന്റെ
യുള്ളിൽ
ഒരുകോടി ജന്മത്തിൻ മഞ്ജരികൾ!

ഗായകൻ: പോയകാല കല്പനകൾ ശ്രുതിപകർന്ന
ഗീതകങ്ങൾ
നീയമലേ നിൻമൊഴിയാൽ തീർക്കുന്നിതെന്റെ-
യുള്ളിൽ
നിറസ്നേഹസാഗരത്തിൻ തിരമാലകൾ

ഗായിക: ചേർന്നലിഞ്ഞ രാവുകൾ തന്നാർദ്രമാം കുളി
രോർമ്മകളാൽ
എന്നുയിരേ നിൻ തനുവാൽ നിറമേകും എന്റെയുള്ളിൽ
ഋതുരാജമേളത്തിൻ ചാരുതകൾ!

1. സുന്ദരിമാരുടെ മന്ദഹാസമേറ്റാൽ ചെമ്പകം
പൂക്കുമെന്ന് കവിമതം

ആടും മുളം കിളിപാടും

ആടും മുളംകിളി പാടും നീലത്താഴ്‌വര
ചേലിൽ മയിലുകളാടും മോഹത്താഴ്‌വര
രാവിലമ്പിളിയും താരകളും
നീന്താനിറങ്ങും പൊന്നാമ്പൽപ്പൂമ്പൊയ്ക!

നേർത്ത ചില്ലകളിൽ ഊഞ്ഞാലാടുമിളംകാറ്റും
മഞ്ഞിൻ മണിത്തൂവൽ പൊഴിയും മാഘപൗർണ്ണമിയും
തന്നാനം പാടും കിളിതൻ പാട്ടേറ്റു പാടും തീരം
ഈണത്തിലഞ്ചിക്കൊഞ്ചി ഓളങ്ങൾ പുൽകും തീരം
അരികിലരികിലഴകുപൂക്കും ചെമ്പകക്കാവും!

ദീപമലരുകളായ് തെളിയും ഇന്ദുഗോപങ്ങൾ
പൂനിലാമഴയിൽ നിറയും ഇന്ദ്രജാലങ്ങൾ
കിന്നാരം ചൊല്ലാൻ പോരെടിയെന്നോമൽ കുഞ്ഞിപ്പെണ്ണേ
താളത്തിലാടിപ്പാടും കാർകുഴലീ വേളിപ്പെണ്ണേ
അകലെക്കാണാം നിറമണിഞ്ഞൊരു കുങ്കുമപ്പാടം!

മയിലാടുംകുന്നുറങ്ങി

മയിലാടും കുന്നുറങ്ങി പാടത്തെ കാറ്റുറങ്ങി
കുളവും കല്പടവും ഉറങ്ങി മെല്ലെ!
കൂട്ടിലെക്കിളികളുറങ്ങി പുന്നെല്ലിൻ മണികളുറങ്ങി!
ഇനിയെന്റെയമ്മിണി പൈതലുറങ്ങ്
താമരക്കണ്ണുകൾ പൂട്ടിയുറങ്ങ്
ഇനിയെന്റെ പൊന്നുണ്ണിക്കണ്ണേനുറങ്ങ്
താലോലമാടി നീയുറങ്ങുറങ്ങ്

ആരാമമുല്ലകൾ പൂക്കുന്ന വേളയിൽ
ആകാശകല്ലോലിനി താളം മൂളും
ഇനിയെൻ പൊൻപൈതലേ.. കണ്ണേ നീയുറങ്ങ്
നാളത്തെ കുഞ്ഞുസൂര്യൻ കളിയാടാനണയുന്ന
നേരത്തുണരേണ്ടതല്ലേ കൂടെക്കളിക്കേണ്ടതല്ലേ
ജീവന്റെ ജീവൻ നീയുറങ്ങ്

ചേലുള്ള സ്വപ്നങ്ങൾ കാണാൻ, സുഷുപ്തിയിൽ
തൂമന്ദഹാസത്തിൻ പൂവിടർത്താൻ
ഇനിയെൻ വഴിദീപമേ.. മുത്തേ നീയുറങ്ങ്
നാളത്തെ വീഥികളിലൂന്നുവടിപോലെൻ
കൂടെനടക്കേണ്ടതല്ലേ.. താരാട്ടു കേൾക്കുന്നതില്ലേ
അമ്പാടി കൺമണി നീയുറങ്ങ്

ആദ്യമായന്നൊരു

ആദ്യമായന്നൊരു താരാട്ടുകേട്ടു, ഞാ-
നാദ്യമായന്നൊരു സാന്ത്വനം കേട്ടു!
പ്രണയത്തിൻ സാന്ദ്രത! വിരഹത്തിൻ മൂകത!
ഭക്തിപീയൂഷത്തിൻ സ്നേഹഗാഥ!
ഉത്സവലാവണ്യവർണ്ണഗീത!
കേട്ടു ഞാനാസ്വരമാധുരിയിൽ അന്നാദ്യമായ്
കേട്ടു ഞാൻ ആ സ്വരമാധുരിയിൽ!

വിടരുന്ന പുലരിതൻ മന്ദസ്മിതത്തിലും, തിരി-
തെളിയുന്ന സന്ധ്യതൻ സങ്കീർത്തനത്തിലും
പൊരിയുന്ന വെയിലിലും മഴയിലും മഞ്ഞിലും
കേൾക്കുന്നു ഞാനാ സ്വരമാധുരി, ഇന്നും-
കേൾക്കുന്നു ഞാനാ സ്വരമാധുരി!

പലപല രാഗത്തിൽ പലപല ഭാവത്തിൽ
ഗന്ധർവ്വനാദമൊഴുകി വന്നെത്തുമ്പോൾ
അഖിലചരങ്ങളും ഒന്നിച്ചു പ്രാർത്ഥിപ്പൂ
കേൾക്കണം ഞങ്ങൾക്കാ സ്വരമാധുരി, എന്നും-
കേൾക്കണം ഞങ്ങൾക്കാ സ്വരമാധുരി.

പ്രിയഗായകൻ ഗാനഗന്ധർവ്വൻ പത്മശ്രീ കെ.ജെ.യേശുദാസിനെക്കുറിച്ച്

വർണ്ണവിഗ്രഹേ...

വർണ്ണവിഗ്രഹേ... വേദാത്മികേ... ദേവി-
കൊല്ലൂരിൽ വാഴും മൂകാംബികേ...
തവപാദപങ്കജ നൂപുരക്കിലുക്കം
കേൾക്കുവാനടിയനുണ്ടേറെയൊരാഗ്രഹം.

ഈരേഴു ലോകങ്ങൾക്കും ആധാരമായ നിന്റെ
അനഘമാം പൊയ്കയിലെ സഹസ്രപത്മം
അതിൽനിന്നൊരിതളെടുത്തെൻ
ആത്മാവിൻ ചേർത്തുവയ്ക്കാൻ
അനുനിമിഷം നീ കനിയണമേ...
ആനന്ദനന്ദിനി നീ തെളിയേണമേ...

വീണാനിനാദമായെൻ സംഗീതപഥങ്ങളിൽ
ചിറകാർന്നു നീയാം സ്വരശലഭം
അലിവോടെന്നകതാരിൻ
അഴലകറ്റും സങ്കീർത്തനങ്ങൾ
അനുനിമിഷം നീ പകരേണമേ
ആശ്രിതവത്സല നീ വിളങ്ങേണമേ...

പൂന്താനം പണ്ട്

പൂന്താനം പണ്ട് പാടിയ പാട്ടിന്
പൊന്നോടക്കുഴലിന്റെ നാദം!
നിൻ കഴലണിയും നൂപുരക്കിലുക്കം!
കൗസ്തുഭമണിത്തിളക്കം, നിന്റെ-
ചാരുകളേബര സുഗന്ധം!

കണ്ടു ഞാനെത്രയോ ജന്മങ്ങളായുള്ളിൽ
ഗോക്കളെ മേയ്ക്കുന്ന നിന്റെ രൂപം
[1]അക്ഷയനെയ്ക്കുടമെൻ ഗുരുവരനേകുവാൻ
കുഞ്ഞേട്ടനായ് കൂടെ നീ വരില്ലേ, കണ്ണാ-
കുഞ്ഞേട്ടനായ് കൂടെ നീ വരില്ലേ?

കാത്തുഞാനെത്രയോ കാലങ്ങളായ് നിന്റെ
കാലൊച്ച കേൾക്കുവാനെന്റെ കൃഷ്ണാ..
അഴലിൻ വീഥിയിലെൻ മോതിരം മേടിക്കാൻ
മങ്ങാട്ടച്ചനായ് നീവരില്ലേ, കൃഷ്ണാ-
മങ്ങാട്ടച്ചനായ് നീ വരില്ലേ?

1. മഹാകവി കുട്ടമത്തിന്റെ സന്താനഗോപാലം നാടകത്തിന്റെ ഓർമ്മകൾ.

ആലോലം പൂങ്കാറ്റിൽ

ആലോലം പൂങ്കാറ്റിൽ പാടും മുളന്തണ്ട്
കാളിന്ദി തീരത്തിൻ സ്മൃതികളുണർത്തി!

കളകളം സ്നേഹകവിതകൾ മൂളി-
ഒഴുകും പുഴതൻ പുളിനം
വിരഹവേദനയിൽ ചിതറും ചിന്തകളിൽ
മിഴിയിൽ നനവു പടരും
ആർദ്രരാവണിയും നിറനിലാവിലിനി
മൃദുസ്വരം തഴുകുമോ!?
ദൂരെ പൂക്കൾ ചൂടുന്ന നീർക്കടമ്പും നിനവിലലസമിളകി
കണ്ണീർപോലും മധുമഴയായി എന്നും നിന്നോർമ്മകളിൽ!

അഴകെഴും വർണ്ണമലരുകൾ ലാസ്യ-
മാർന്ന പുഷ്പവനിയിൽ
കഴിഞ്ഞകാലമൊരു കൊഴിഞ്ഞ പീലിയാൽ
മനസ്സിൻ ഖനിയെത്തഴുകീ..
ചൈത്രരാവിലിളം കുളിരുനൽകുവാൻ
മേഘരാഗമെവിടെ?
മേലെ വാനിൽ പൂക്കുന്ന താരകളേ...
അഴലു മായ്ച്ചു തരുമോ?
മൗനം പോലും മോഹനമായി എന്നും നിന്നോർമ്മകളിൽ

കാതോടു കാതോരം.. എന്ന ഗാനത്തിന്റെ ഈണത്തിനൊപ്പിച്ച് എഴുതിയത്

എന്തൊരു സുന്ദരനാണെന്റെ കണ്ണൻ

എന്തൊരു സുന്ദരനാണെന്റെ കണ്ണൻ
ചിരിച്ചെന്നെ മയക്കുന്ന മായക്കണ്ണൻ
വർണ്ണമയിൽപ്പീലി തിരുമൗലിക്കഴക്
പൊന്നോടക്കുഴലോ ചെഞ്ചുണ്ടിനഴക്!

മഞ്ഞപ്പട്ടുടയാട ചാർത്തിവന്നു, മുഴു-
തിങ്കളിൻ ചേലൊത്ത പുഞ്ചിരിയോടെ
ചെന്തൊണ്ടിവായ്മലർ ദന്തങ്ങളഴക്!
കൊഞ്ചൽ തുളുമ്പുന്ന വാക്കുകൾക്കഴക്!

പൊന്നോടക്കുഴലൂതി പാടിവന്നു
വൃന്ദാവനത്തിന്റെ ശ്യാമരൂപൻ
കള്ളം വിളങ്ങുമാക്കണ്ണുകൾക്കഴക്!
നാണം വിലക്കാത്ത നോക്കിനുമഴക്!

ഒരു കിളിപ്പാട്ടിന്റെ

ഒരു കിളിപ്പാട്ടിന്റെ മധുരമാം താളത്തി-
ലൊഴുകുന്ന യമുനയിലൂടെ
ഒരു കളിവള്ളമേറി തുഴയവേ ഞാനലിഞ്ഞു
പഴയൊരു പാട്ടിന്റെയീരടിയിൽ
ഒരു വേണുഗാനത്തിന്നലയൊലിയിൽ

ഓളങ്ങൾ ചുംബിക്കും തീരത്തുനിന്നൊരു
നൂപുരധ്വനി കേൾക്കുന്നുണ്ടോ?
നീലക്കടമ്പിന്റെ ആരെയും മയക്കുന്ന
മാസ്മരസുഗന്ധമുണ്ടോ, അവിടെ-
മാസ്മരസുഗന്ധമുണ്ടോ?

അനുപമ സ്നേഹത്തിന്നണയാത്ത ദീപമായ്
അവിടൊരു പെൺകൊടിയുണ്ടോ?
അവളുടെ മൂകാനുരാഗ;മതിന്റെ
മായാത്തൊരോർമ്മയുണ്ടോ, അവിടെ
മായാത്തൊരോർമ്മയുണ്ടോ?

രാധാമാധവം

രാധ ഞാൻ, ജയദേവഗാനനിർഝരികളിൽ
കണ്ണന്റെ കാമിനിയായിരുന്നു
സ്നേഹത്തരംഗിണി തീരത്തിലെന്നും
കണ്ണനെത്തേടുകയായിരുന്നു!

നീലക്കടമ്പുകൾ പൂക്കുമ്പോഴും, ദൂരെ-
നീലമുളംകാട് പാടുമ്പോഴും
പൊൻമയിൽപ്പീലിയാലെന്റെയുള്ളിൽ
അതിമധുരമൊരു ദേവശ്രുതി ചേർത്തുവോ?

സന്ധ്യകൾ മഞ്ഞാട ചുറ്റുമ്പോഴും, നീല-
മാനത്തു കാന്താരി ചിന്തുമ്പോഴും
കള്ളക്കടക്കണ്ണാലെന്റെയുള്ളിൽ
അനുനിമിഷമൊരു തരള സുഖമേകിയോ!?

നിന്നെ സ്നേഹിച്ചു

നിന്നെ സ്നേഹിച്ചു സ്നേഹിച്ചു ഞാനൊരു
കോലക്കുഴലാവാൻ കൊതിച്ചു കണ്ണാ
നീ മാറിലണിയുന്ന വനമാലയാകുവാൻ
നീ ചായുറങ്ങുന്നൊരാലിലയാകുവാൻ
ഞാൻ കൊതിച്ചു കണ്ണാ ഞാൻ കൊതിച്ചു

പീലിത്തിരുമുടി ചന്തത്തിൽ ചാർത്തിയ
വൃന്ദാവനത്തിന്റെ പാട്ടുകാരാ..
പൊന്നരയാൽ കൊമ്പിന്മേലാലോലമാടുമ്പോൾ
കള്ളക്കടാക്ഷമൊന്നെനിക്കു നൽകൂ, നിന്റെ-
കള്ളക്കടാക്ഷമൊന്നെനിക്കു നൽകൂ...

കാളിന്ദീപുളിനത്തിലോടിക്കളിക്കുന്ന
ഗോപാംഗനയുടെ കൂട്ടുകാരാ...
കാർമുകിൽമാലയെൻ വാനം മറയ്ക്കുമ്പോൾ
മന്ദസ്മിതമൊന്നെനിക്കു നൽകൂ, നിന്റെ-
മന്ദസ്മിതമൊന്നെനിക്കു നൽകൂ...

ഇടവപ്പാതി പെയ്തുതോർന്നൊരു

ഇടവപ്പാതി പെയ്തുതോർന്നൊരു
തൊടിയിൽ നീയൊരു
*നീലക്കടമ്പിൻ പൂമൊട്ടു ചൂടിയൊരുങ്ങിവന്നു
അമൃതം ചുരത്തും കാലവർഷത്തിന്റെ
സുഖമെഴും പീലിത്തലോടൽപോലെ!

വാടിയ വാടിക ചൂടിയ കുളിരിൽ
തളിരുകൾ നീളെ വിടർത്തി നിൽക്കെ
മറ്റൊരു തളിരുപോലെൻ മുന്നിൽ വിടരും നിൻ
അംഗലാവണ്യത്തിനെന്തഴക്!

കുഞ്ഞിളംകാറ്റല മാമരച്ചിലയിലെ
തൂമഴ മുത്തുകൾതൻ പൂ പൊഴിക്കേ..
മറ്റൊരു മഴപോലെന്നുള്ളിൽ നിറയും നിൻ
സ്വേദപരാഗവും കുളിരഴക്!

*കടമ്പിൻപൂ വർഷകാലത്തിന്റെ പൂവായി അറിയപ്പെടുന്നു. കടമ്പിൻ പൂമൊട്ടുകൾ സ്ത്രീകൾ സീമന്തത്തിൽ അണിയുമെന്നും.

അഴകോലും തുമ്പമലർപോൽ

അഴകോലും തുമ്പമലർപോൽ
ചിരിതൂകും പെണ്ണൊരുത്തി
അരികത്തായണയില്ലേ അഴകിന്റെ രാജാത്തി നീ
ഇടനെഞ്ചിനുള്ളിൽക്കേറി പഞ്ചാരികെട്ടും പെണ്ണേ
നിന്റെ കരിനീലക്കണ്ണിൻമുനയിൽ ഏതിന്ദ്രജാലം പൊന്നേ.

*കളിവാക്കാൽ നീ വിടർത്തും കനവിന്റെ മന്ദാരങ്ങൾ
എൻ കരളിൽ കൂടുവച്ച കാവളം കിളിപ്പെണ്ണേ
ഒരു കാറ്റിൻ ചിറകിലേറി മധുമോഹന രാഗം മൂളി
ഇനിയെന്റെ കൂടെ നീ പോരാമോ പൈങ്കിളിയേ..

പതിന്നാലാം രാവിൽ പൂക്കും പാൽവർണ്ണനിലാവിന്റെ
കുളിരായ്കുണുങ്ങി നിൽക്കും നാടൻ പെൺകിടാവേ..
പ്രണയത്തിൻ താഴ്‌വരയിൽ മാലേയം പൂക്കും ഗന്ധം
ഒരുമുല്ലവള്ളിപോലെൻ മാറിൽ പടരില്ലേ നീ...

*സുന്ദരിമാരുടെ സംസാരം കേട്ടാൽ മന്ദാരം പുഷ്പിക്കുമെന്ന് പ്രസിദ്ധി

പുത്തിലഞ്ഞി പൂവിട്ട

പുത്തിലഞ്ഞി പൂവിട്ട തൊടിയിൽ
പൂവാക തണലിട്ട വഴിയിൽ
നമ്മളാദ്യം കണ്ടപ്പോൾ കണ്ണുകൾ കൊരുത്തപ്പോൾ
മനസ്സും മനസ്സുമെന്തോ കൊതിച്ചില്ലേ
തമ്മിലൊന്നു ചേരാൻ കൊതിച്ചില്ലേ...

ആ പുഴയോരത്തെ മണലിൽ
കണ്ണാടി മാളിക പണിതു
ആരാരും കാണാതെ ആരാരുമറിയാതെ
ആയിരം സ്വപ്നങ്ങൾ കണ്ടു
നമ്മളായിരം സ്വപ്നങ്ങൾ കണ്ടു!

ആ മണിമുകിലിൻ തേരിൽ
കാണാത്ത ലോകത്തു പോയി
ആരാരും കാണാതെ ആരോരുമില്ലാത്ത
പൂനിലാപൊയ്കയിൽ കുളിച്ചു
നമ്മൾ പൂനിലാ പൊയ്കയിൽ കുളിച്ചു!

ഏതു സംക്രമപ്പുലരി...

ഏതു സംക്രമപ്പുലരിയിലഴകേ
ആദ്യമായ് കണ്ടു നിന്നെ ഞാനാദ്യമായ് കണ്ടു
ഏതു ജന്മസുകൃതമെന്നോമനേ
അരികിൽ നീ നിന്നു ഇന്നെന്നരികിൽ നീ നിന്നു

മഞ്ഞിൽക്കുളിർന്നു വിടർന്നു നിൽക്കും നിന്റെ
മൃദുമന്ദസ്മേരത്തിൻ മലരഴകിൽ
എന്നെ മറന്നു ഞാനെത്രനാളെത്രനാൾ
നവ്യമൊരനുഭൂതി നുകർന്നു നിന്നു!

നാണം മുളച്ചു തുളുമ്പിനിൽക്കും നിന്റെ
മാറിലൊളിപ്പിച്ച തേൻമഴയിൽ
ഒന്നു നനഞ്ഞു കുതിരുവാനെത്രനാൾ
നിദ്ര വെടിഞ്ഞു ഞാൻ കൊതിച്ചു നിന്നു.

എന്റെ സ്വപ്നത്തി.....

എന്റെ സ്വപ്നത്തിന്നേകാന്ത തീരത്തി-
ലേഴിലം പാലകൾ പൂത്തനാളിൽ
സ്നേഹൈകലോലയാമോമനേ നീ വന്നു
അന്നെന്നിന്ദുപലങ്ങളലിഞ്ഞുപോയി.

കാല്യകൗതുകങ്ങളെ കാലത്തിൻ കൈകൾ
ചെമ്പനീർപ്പൂക്കളായ് വിടർത്തുമെങ്കിൽ
അതിനുള്ളിലൂറുമമൃതകണങ്ങൾ ഞാൻ
നിൻ സ്നേഹപൂജയ്ക്കു തീർത്ഥമാക്കും

കൗമാരസങ്കല്പമേറെ വർണ്ണങ്ങളാൽ
താരകപ്പൂവനം തീർത്തുവെങ്കിൽ
ചിരിതൂകും നക്ഷത്രമൊട്ടുകൾ കോർത്തു ഞാൻ
നിൻമാറിലണിയിക്കാൻ മാലകോർക്കും.

അരയാലിലകളുണർന്ന..

അരയാലിലകളുണർന്ന പ്രഭാതത്തിൽ
ആ നല്ല സൈകതഭൂമിയിൽ
ആരെയും കൊതിപ്പിക്കുമംഗലാവണ്യമേ
അന്നാദ്യമായ് നിന്നെ ഞാൻ പ്രണയിച്ചു

എൻ *മുളംകാടെനിക്കേകിയ മുത്തുകൾ
നിന്നെയണിയിക്കാൻ കാത്തുവച്ചു
അത്രമേൽ പ്രണയിച്ചു നിന്നെ ഞാനെന്നും
നീയെത്തും പുലരിയെ കാത്തുനിന്നു.

എൻ രാഗസന്ധ്യകളേകിയ സിന്ദൂരം
നിനക്കായ് മാത്രം ഞാൻ മാറ്റിവച്ചു
അത്രമേൽ പ്രണയിച്ചു നിന്നെ ഞാനെന്നും
നിൻമൃദുസ്പർശനം കാത്തുനിന്നു

*മുളയ്ക്കുള്ളിൽ മുത്തു വിളയുമെന്ന് കവി സങ്കല്പം

ആയിരംതിരി...

ആയിരംതിരി തെളിഞ്ഞുകത്തും
വിളക്കുപോലെ
തിരുവാതിരകൾ കൊണ്ടുവന്ന
നിലാവുപോലെ
എന്റെ ജീവന്നിടതുഭാഗമലങ്കരിക്കുവാൻ
നീ വന്നു ചേർന്നതേതു പോയ ജന്മസുകൃതം

നോക്കിലും വാക്കിലും നീ നിറച്ചു
മഴവില്ലിൻ നിറമുള്ള മണിച്ചിറകുകൾ
ആ വർണ്ണച്ചിറകുകളിലെന്റെ മോഹങ്ങൾ
രാഗവാനവീഥികളിൽ പറന്നുയർന്നു!

മൂകരാവിൽ ശ്യാമയമുനാ തീരനികുഞ്ജം
കാത്തുവച്ച സാന്ത്വനത്തിൻ സ്വരദളംപലെ
എന്റെ കനൽവഴികളിലായ് നീ പകർന്നെന്നും
നിന്റെ വീണാതന്ത്രിയിലെ സൗമ്യസംഗീതം!

കാവിലെ ദേവനെ..

കാവിലെ ദേവനെ തൊഴുതു നിൽക്കും
കാണാനഴകുള്ള പെൺകിടാവേ..
കാതരമാകുമുൾക്കണ്ണിലെ മോഹമോ
കാണിക്കയായ് കൊണ്ടുവന്നു, നീയിന്നു-
കാണിക്കയായ് കൊണ്ടുവന്നു!

ആറു ഋതുക്കളും ഒന്നിച്ചുപൂക്കും
*കർണ്ണികാരവന നിറഭംഗിയാൽ
സ്വപ്നങ്ങൾക്കായിരം ചിറകുകൾ നൽകും
സ്വർഗ്ഗവിലാസിനി നീ മൃദുലേ
ഒന്നു തൊട്ടോട്ടെ നിന്നിളം പൂങ്കവിൾ
ഒന്നു തൊട്ടോട്ടെ ഞാനഴകേ...

രാഗസമുദ്രങ്ങൾ നീന്തിവന്നെത്തും
ശ്രാവണ പൗർണ്ണമീ ചന്ദ്രികയാൽ
വന്ധ്യമേഘങ്ങൾക്കും പാൽക്കുടം നൽകും
ഹർഷമരാളിക നീ സുഭഗേ
ഒന്നലിഞ്ഞോട്ടെ നിന്നുടലഴകിൽ
ഒന്നലിഞ്ഞോട്ടെ ഞാനഴകേ...

*സുമേരുവിന്റെ വടക്കുഭാഗത്തുള്ള ഒരു വനം എന്നു സങ്കല്പം, ആറു ഋതുക്കളും ഇവിടെ ഒന്നിച്ചു പൂക്കുമെന്നും സങ്കല്പം

നിന്നെക്കുറിച്ചുള്ള

നിന്നെക്കുറിച്ചുള്ള ദീപ്തമാമോർമ്മയിൽ
ഇന്നും തുടിക്കയാണെന്റെയുള്ളം
നിൻ മൃദുമൊഴികൾ തൻ താരാട്ടു കേൾക്കുവാൻ
എന്നും കൊതിക്കയാണെന്റെ ജന്മം

കൈയെത്തും ദൂരത്തിലായിരുന്നു നീ
ബാല്യകാലത്തിന്റെയങ്കണത്തിൽ
പൊട്ടിച്ചിരിക്കുന്ന കുപ്പിവളകളും
പുസ്തകത്താളിലെ മയിൽപ്പീലിയും

കണ്ണെത്തും ദൂരത്തിലായിരുന്നു നീ
പോയ കൗമാരത്തിന്നിടവഴിയിൽ
ചെമ്പനീർ ചുണ്ടിലെ നറുതേൻ തുള്ളിയും
കടമിഴിക്കുള്ളിലെ കനകനിലാവും.

ഓർമ്മകൾ..

ഓർമ്മകൾ മങ്ങാതെ കാത്തു സൂക്ഷിച്ചുഞാൻ
ഹൃത്തിൻ ചുവരിലെ ചില്ലലമാരയിൽ!
ഇടക്കെല്ലാമെടുത്തൊന്നു നോക്കും ഞാനതിൽ
കാണുന്നതൊക്കെയും നിന്റെ ചിത്രങ്ങൾ!

മാനത്തെ മാമനു വേണ്ടി കരയുന്ന
കുഞ്ഞു പരിഭവ ഭംഗി കാൺകേ..
ബാല്യകാലത്തിന്റെ ചിത്രശലഭങ്ങൾ
ആയിരം ചിറകാർന്നു പറന്നുയരും!

മന്ദസ്മിതത്തിലൊളിപ്പിച്ചു വച്ചൊരാ
കൗമാരസൗവർണ്ണകാന്തിയിന്നും
എൻമണിത്തോപ്പിലെ പൂക്കാത്ത ചില്ലക്ക്
മുഗ്ധവസന്തമായ് പകർന്നുനൽകും!

ഓർമ്മകൾ മങ്ങാതെ

(Female Version)

ഓർമ്മകൾ മങ്ങാതെ കാത്തു സൂക്ഷിച്ചു ഞാൻ
ഹൃത്തിൻ ചുവരിലെ ചില്ലലമാരയിൽ!
ഇടക്കെല്ലാമെടുത്തൊന്നു നോക്കും ഞാനതിൽ
കാണുന്നതെപ്പോഴും നിന്റെ ചിത്രങ്ങൾ!

മാനത്തെ മാമനു വേണ്ടി ഞാൻ കൊഞ്ചുമ്പോൾ
തോളിലെടുത്തെന്നെ താരാട്ടു പാടി നീ
കാട്ടിലെ മാനിന്റെ കഥകൾ പറഞ്ഞു
സാന്ത്വനഗീതമായൊഴുകിവന്നു!

എന്നകതാരിലൊളിപ്പിച്ചു വച്ചൊരാ
കൗമാരസങ്കല്പവനികയിൽ വന്നു നീ
നിറദീപനാളമായ് തിരിതെളിഞ്ഞു
നിത്യവസന്തമായ് പൂചൊരിഞ്ഞു!

വസന്തകാലം

വസന്തകാലം പൂക്കളെ കോർത്തിട്ടു
ചുരുണ്ടനിൻ മുടിത്തുമ്പിൽ
നീലസാഗരം അലകളിളക്കി
വിടർന്ന നിൻ മിഴിയിണയിൽ

നീയിന്നെൻ അരികെയില്ലെങ്കിൽ
എനിക്കെന്തിനീ പുലരികളെന്നും
തരുമൊരു സ്നേഹത്തിൻ മധുവസന്തം
നിന്നെ കണികണ്ടുണർന്നാലെയെന്റെ
പകലുകളെന്നും നിറമണിയൂ..!

നീയിന്നെൻ അരികെയില്ലെങ്കിൽ
എനിക്കെന്തിനീ സന്ധ്യകളെന്നും
തരുമൊരു മോഹത്തിൻ തളിർമഞ്ചം
നിൻമാറിൽ മുഖം ചേർത്തു കിടന്നാലെയെന്റെ
ഇരവുകളൊന്നും കുളിരണിയൂ..!

വ്യഥ

നിറരാഗനാളമായ് തെളിഞ്ഞ
മൺചിരാതിൻ കനവുകൾ
കുളിരോർമ്മ മാത്രമായ് മനസ്സിൻ ചിമിഴിൽ
പറയാതകന്ന പ്രണയമേ ....
നിൻ അരിയ തൂവൽ തിരയുമെൻ
ശ്യാമസന്ധ്യകൾ

നിഴലായ് നീ കൂടെ നിന്ന നാളിലൊന്നിലും
നിൻ ഉടലിൽ വിരിയും സ്വേദമലരുകൾ
മുകരാൻ മറന്നു പോയ് സഖീ ഞാൻ ...
അകലങ്ങളിൽ
ഇന്നും
നിൻ ചിരി മലരുകൾ!!

മഴയായ് നീ പെയ്തമർന്ന തൊടിയിലാകെയും
നിൻ കാലടികൾ തേടുമെൻ ഹൃദയവ്യഥകൾ
അറിയാൻ കൊതിച്ചിരുന്നുവോ സഖീ നീ...
അവസാനമായ്
ഒരു ചുടു ചുംബനം?

ധനുമാസരാവിന്റെ

ധനുമാസരാവിന്റെ മാനത്തു പൂത്തൊരു
ആതിരത്താരകയല്ലേ നീ
അണയാത്ത പൊൻവിളക്കല്ലേ...!

മന്ദസ്മിതത്തിൽ നീ നിറച്ചു
നിന്റെ അന്തഃരംഗത്തിന്റെ ദീപ്തരാഗം
ആ നല്ല വിഷുക്കണി പൂക്കളല്ലേ
നീ ആനന്ദഭൈരവിയല്ലേ...!

കാതരമിഴികളിൽ നീയൊതുക്കി
നിന്റെ ആരാരുമറിയാത്ത നൊമ്പരങ്ങൾ
ആ തിരുവോണപ്പൂത്തുമ്പിയല്ലേ
നീ ആകാശ നീലിമയല്ലേ...!

www.ingramcontent.com/pod-product-compliance
Lightning Source LLC
LaVergne TN
LVHW090428051026
849518LV00006B/2473
9789349727656